शिका वक्तृत्व मोदी स्टाईलने

वीरेंदर कपूर हे विचारवंत, शिक्षणतज्ज्ञ आणि प्रेरणादायी मार्गदर्शक आहेत. आयआयटी मुंबई मध्ये त्यांचे शिक्षण झाले. सिम्बायोसिस प्रतिष्ठानच्या एका प्रतिष्ठित मॅनेजमेंट संस्थेचे ते माजी संचालक आहेत. पुण्याच्या 'ऑरेंज आयव्ही प्रशालेचे' ते सह-संस्थापक आहेत. भावनात्मक बुद्धिमत्ता, नेतृत्व आणि स्व-साहाय्य इत्यादी विषयांवर त्यांनी लिहिलेल्या पुस्तकांची भाषांतरे अनेक भारतीय व परदेशी भाषांमध्ये झाली आहेत. त्यांच्याबद्दल सविस्तर माहिती www.virenderkapoor.com या संकेतस्थळावर उपलब्ध आहे किंवा virenderkapoor21@yahoo.com या पत्त्यावर ई-मेलद्वारे संपर्क साधता येईल.

'स्पीकिंग द मोदी वे' या इंग्रजी पुस्तकासाठी नियतकालिकांमधील प्रतिक्रिया

- ''जिथे विज्ञानाचा संबंध येतो, तिथे आईन्स्टाईनचे नाव अग्रेसर असेल; पण जिथे भावनिक संबंध येतात; तिथे मोदींच्या नावाचा जयघोष होतो. सर्वांत प्रभावशाली बनायचे असेल, तर 'स्पीकिंग द मोदी वे' हे पुस्तक अवश्य वाचा.'' **–बिझिनेस इंडिया**
- ''श्रोत्यांना भारावून टाकणाऱ्या आणि प्रेरित करणाऱ्या मोदींच्या वक्तृत्वकौशल्याबद्दलचे विश्लेषण वीरेंदर कपूर यांच्या 'स्पीकिंग द मोदी वे' या पुस्तकात केले गेले आहे.'' **–मनोरमा इयर बुक – २०१७**
- ''मोदी नेहमीच अंतःकरणापासून बोलतात, हे लेखकाने दर्शविले आहे. मोदींच्या भाषणकौशल्याचा अभ्यास लेखकाने केला आहे आणि आपणही मोदींसारखे प्रभावी भाषण कसे करावे याबाबत सर्वांनाच ते मार्गदर्शन करतात.'' **–कॉम्पिटिशन सक्सेस रिव्ह्यू**
- ''उल्लेखनीय आणि स्फूर्तिदायक असे हे पुस्तक तुम्हाला मोदींसारखा कुशल वक्ता बनण्यासाठी नक्कीच मार्गदर्शन करेल.'' **–द इंडियन एक्स्प्रेस**
- ''कोणतीही जटिल समस्या असली, तरी ती सोडवण्यासाठी मोदी जी तत्त्वे, विचार आणि मार्ग अवलंबतात त्यांनी राजकारणातील वातावरणच बदलून टाकले आहे. आणि त्यामुळे जगातील सर्वांत मोठी लोकशाही असलेल्या देशात लोकशाहीवरील विश्वास दृढ होऊन जनतेच्या आशा पल्लवित झाल्या आहेत.'' **–इंडिया टुडे : डेली ओ**
- ''मॅनेजमेंट-गुरू वीरेंदर कपूर यांचे 'स्पीकिंग द मोदी वे' हे पुस्तक तुम्हाला मोदींसारखे संभाषणप्रचुर आणि प्रभावी नेते बनण्यासाठी उत्तम मार्गदर्शक आहे.'' **–रेडिफ.कॉम**
- ''मोदींवर आजतागायत जितकी स्तुतिपर पुस्तके लिहिली गेली, त्यांपेक्षा हे पुस्तक नक्कीच वेगळे आहे. जर तुम्ही त्यांच्यासारखे उत्तम वक्ते बनू इच्छित असाल, तर हे पुस्तक तुमच्यासाठी निश्चितच लाभदायी आहे.'' **–दैनिक जागरण**
- ''एक सर्वसाधारण माणूस हा उत्तम वक्ता आणि नेता कसा होऊ शकतो, हे 'स्पीकिंग द मोदी वे' या पुस्तकातून समजते. उच्च ध्येये बाळगणाऱ्यांसाठी हे पुस्तक नक्कीच प्रेरणादायी आहे.'' **–मनोरमा ऑनलाइन**
- ''सुसंबद्ध आणि प्रेरणादायी असे हे पुस्तक तुम्हाला केवळ एक चांगला वक्ता नव्हे; तर उत्तम वक्ता म्हणून घडवेल.'' **–ओमान डेली ऑब्झर्व्हर**
- ''मोदींकडून 'स्पीकिंग'ची शानदार शैली कशी आत्मसात करता येईल, याचे विस्तृत वर्णन या पुस्तकात केले आहे.'' **–अमर उजाला**

शिका वक्तृत्व मोदी स्टाईलने

वीरेंदर कपूर

अनुवाद : अनघा देशपांडे

शिका वक्तृत्व मोदी स्टाईलने

Speaking The Modi Way
First Published in English by:
Rupa Publications India Pvt. Ltd. 2016

ISBN No. : 978-93-85665-61-5

प्रथमावृत्ती : जानेवारी २०१७

प्रकाशक : **विश्वकर्मा पब्लिकेशन्स**
२८३, बुधवार पेठ, सिटी पोस्टाजवळ,
पुणे ४११००२.

फोन : ०२०-२०२६११५७/२४४४८९८९

info@vpindia.co.in

www.vpindia.co.in

अनुवाद : अनघा देशपांडे

समन्वयक : वर्डस् वर्थ लिटररी कन्सलटन्सी

विशेष सहाय्य : अंजली इंगवले, अशोक देव, मानसी दांडेकर, अदिती केळकर, अश्विनी कनशेट्टी

मुखपृष्ठ : चैताली नाचणेकर

मांडणी : पूर्वा फुलंब्रीकर

अनुक्रमणिका

	प्रस्तावना	०७
	पूर्वविचार	११
१.	**साध्य व साधन यांची अचूक जाण** फुलपाखरासारखी सहजता आणि मधमाशीसारखा डंख	२७
२.	**शिस्तप्रिय सेनानी** स्वयंशिस्त, अध्यात्म आणि साधेपणा	३९
३.	**जसा श्रोता तसे भाषण** अंतःकरणापासूनचे बोलणे	४७
४.	**वस्तुस्थितीची जाणीव** तुमच्या संकल्पना तर्कशुद्धतेने मांडण्याची कला आत्मसात करा	६५
५.	**स्वामित्व मिळवा** कथा, रूपके, घोषवाक्ये आणि वक्तृत्वकला	८७
६.	**आशा-आकांक्षांची तीव्रता** तत्त्व. धोरण. कृती. साधेपणा	१०७

७. **भूतकाळावर भविष्य बेतणे** १२५

इतिहास. अभिनय. विनोद. पुराणकथा. व्यवहारज्ञान. संस्कृती

८. **तुम्ही मला थांबवू शकता?** १३३

कल्पनांचे भांडार आणि त्यांचे प्रभावी सादरीकरण

९. **सर्वांमध्ये सरस** १३९

स्वतःचा असा खास शब्दकोश

१०. **उच्चारलेल्या शब्दांची ताकद** १४९

लोकांना प्रभावित करण्याची कला

प्रस्तावना

‘ते आले, ते बोलले, त्यांनी जिंकले!’
–Veni, Vidi, Vici!
(मी आलो, मी पाहिले, मी जिंकलो!)
–ज्युलियस सीझरच्या अजरामर वाक्याला स्मरून

सलग चार निवडणुका जिंकून १२ वर्षे गुजरातच्या मुख्यमंत्रिपदाचा कार्यभार सांभाळणारे नरेंद्र दामोदरदास मोदी गुजरातबाहेर फारसे परिचित नव्हते; परंतु १३ सप्टेंबरला, एप्रिल २०१४च्या सार्वत्रिक निवडणुकांना अवघे सहा महिने असताना भारतीय जनता पक्षाचे (भाजप) पंतप्रधानपदाचे प्रबळ दावेदार म्हणून ते प्रकाशझोतात आले. तेव्हा सात केंद्रशासित प्रदेश आणि २९ राज्यांतील १.२५ अब्ज जनतेला आपला परिचय करून द्यायचे कडवे आव्हान त्यांच्यासमोर होते.

पंतप्रधानपदाचे उमेदवार म्हणून प्रचार करताना ते असंख्य ठिकाणी फिरले. त्यांच्या शब्दांचा आणि दूरदृष्टीचा एकत्रित परिणाम म्हणून की काय, देशाच्या कानाकोपऱ्यांतील तमाम आबालवृद्ध भारावून गेले, प्रेरित झाले. मोदींनी केवळ भाषणेच केली नाहीत, तर भाषणांगणिक प्रत्येक गोष्टीत सुधारणाही घडवून आणल्या.

भारताच्या इतिहासात मोदींनी केलेल्या प्रचाराची नोंद सर्वांत परिणामकारक प्रचार म्हणून केली जाईल. अमेरिकन राष्ट्राध्यक्ष बराक ओबामा यांनी २००४ साली ‘लोकशाही राष्ट्रीय परिषदे’त (डेमोक्रॅटिक नॅशनल कन्व्हेन्शन) केलेल्या एकाच बीजभाषणाने संपूर्ण अमेरिका पेटून उठली आणि त्यांचा विजय झाला; पण मोदींचे तसे नव्हते.

मोदींचा विजय हा असा एखाद्याच भाषणाचा परिणाम नव्हता, तर सातत्याने सुधारणा करत केलेल्या भाषणांचा तो परिपाक होता. त्यांच्या भाषणाचा परिणाम इतका होता, की आता ते काय बोलणार याची जनता आतुरतेने वाट बघायची; आणि त्यांनीही जनतेला निराश केले नाही... अगदी 'ये दिल माँगे मोअर'प्रमाणे जनतेच्या सर्व अपेक्षा मोदींनी आपल्या भाषणांतून पुऱ्या केल्या.

सत्तेवर आल्यावर जनतेशी पुनःपुन्हा संवाद साधणे बऱ्याच सत्ताधाऱ्यांना आवश्यक वाटतही नाही. एकदा खुर्ची मिळाली की सगळे रोजच्या कामांत अडकत जातात आणि जनतेशी संपर्क ठेवण्यासाठी त्यांना वेळही मिळत नाही. जगात असे पंतप्रधान मोजकेच असतील जे शपथविधी झाल्यावरही सतत जनतेच्या संपर्कात राहतात, आणि मोदी अशांपैकीच एक आहेत.

पण मोदींनी हे जरा वेगळ्या पद्धतीने हाताळले. जनतेशी संवाद ठेवणे त्यांनी क्रमप्राप्त मानले आणि ते शक्यही करून दाखवले. त्यांच्या प्रभावी संवादकौशल्याने त्यांनी केवळ त्यांचे विचार आणि त्यांची उद्दिष्टेच जनतेसमोर मांडली असे नाही, तर राजकारणाबद्दल जनतेच्या मनात निर्माण होऊ लागलेली अनास्था आणि त्यांचा शासनव्यवस्थेवरचा कमी होत चाललेला विश्वास आपल्या संवादकौशल्याने पुन्हा स्थापित करण्याचा प्रयत्न केला. देश घडवायचा असेल तर आपले सिद्धांत आणि आपली उद्दिष्टे पहिल्या दिवसापासून जनतेसमोर मांडायला हवीत हे मोदींनी अचूक जाणले.

यासाठी त्यांनी एक त्रिसूत्री अमलात आणली. सामान्य जनतेशी संवाद साधणे, प्रशासकीय यंत्रणा चालवणाऱ्यांशी संवाद साधणे आणि भारताला हितकारक ठरतील अशा इतर देशांशी व तिथल्या व्यक्तींशी संवाद साधणे. शब्दांगणिक जनतेला खिळवून ठेवणाऱ्या, उत्तरोत्तर सुधारणा करत जाणाऱ्या संवादकौशल्यावर मोदींनी ही त्रिसूत्री पाळली. परदेशात मोदींना 'रॉकस्टार' म्हणून संबोधले जाते. एक जादुई, स्वयंभू, विश्वासपात्र, प्रेरणा देणारे, उत्साही आणि दमदार व्यक्तिमत्त्व अशी त्यांची प्रतिमा आहे. जगातील सर्वोत्तम संभाषणचतुरांपैकी ते एक आहेत यात तिळमात्र शंका नाही.

इतक्या कमी कालावधीत त्यांनी हे कसे साध्य केले असेल? असा कोणता गुण

त्यांच्यात आहे की लोक माना उंचावून त्यांच्याकडे पाहतात? एक नगण्य व्यक्ती ते जगातील सर्वोत्तम वक्ता हे अंतर इतक्या झपाट्याने कापताना त्यांनी कोणती कौशल्ये आणि कोणत्या पद्धती अवलंबल्या असतील? आणि अशा वक्त्याकडून आपण काही शिकू शकतो का, आपणही असे कुशल वक्ते बनू शकतो का, या सगळ्या प्रश्नांनी हे पुस्तक लिहायला मला प्रेरित केले.

हे पुस्तक मोदींच्या संभाषणकौशल्यावर भर देते. त्यांच्या आजवरच्या भाषणांचा बारकाईने विचार केला तर त्या भाषणांत मोदींच्या व्यक्तिमत्त्वाचे प्रतिबिंब दिसते. केवळ एक नेता म्हणूनच नाही, तर एक मार्गदर्शक, एक द्रष्टा आणि एक शिक्षक म्हणूनही त्यांचे दर्शन होते. जणू वेगवेगळ्या समारंभांना जाताना एखादा माणूस वेगवेगळा पोशाख करतो, तशीच मोदींची वेगवेगळी रूपे आपल्याला त्यांच्या भाषणांतून दिसतात.

त्यांचे मुद्दे, त्यांचे आशय, त्यांचे दाखले, त्यांचे किस्से, त्यांची देहबोली, त्यांची चाल आणि त्यांचे स्वर ते श्रोत्यांनुसार ज्या कौशल्याने बदलतात त्यानेच लोक भारावून जातात. आधी म्हटल्याप्रमाणे बोलताना प्रत्येक श्रोत्याशी थेट जोडले जाणे हेच त्यांच्या भाषणातल्या वेगळेपणाचे कारण आहे. त्यातून शिकण्यासारखेही हेच आहे. त्यांचे बोलणे सच्चे, प्रामाणिक आणि हृदयाला भिडणारे असते. एखाद्या गजराजाप्रमाणे ते सगळा मंच कसा व्यापून टाकतात, विभिन्न अशा समाजस्तरांना एकाच भाषणात कसे गुंतवतात आणि त्याच वेळी प्रत्येकाशी कसे जोडले जातात; कोणी सामान्य माणूस, कोणी शास्त्रज्ञ, कोणी बुद्धिवान, कोणी अर्थतज्ज्ञ, कोणी उद्योगपती, कोणी विद्यार्थी तर कोणी शिक्षक, अशा सर्वांना प्रेरित कसे करतात याचे कोडेच उलगडत नाही.

माजी पंतप्रधान अटलबिहारी वाजपेयी यांच्या पावलावर पाऊल टाकून वाटचाल करणारे नरेंद्र मोदी यांनी सगळा डावच पलटवला आहे. महानगरांतील मध्यमवर्गीय नागरिकांना त्यांनी हे सिद्ध करून दाखवले आहे, की एक उत्तम वक्ता होण्यासाठी इंग्लिश बोलण्याची आवश्यकता नसते. त्यांनी नॅसकॉम (नॅशनल असोसिएशन ऑफ सॉफ्टवेअर ॲन्ड सर्व्हिसेस कंपनीज)[१], विविध शाळा-महाविद्यालये आणि

[१] नॅशनल असोसिएशन ऑफ सॉफ्टवेअर अँड सर्व्हिसेस कंपनीज (NASSCOM) ही भारतातील माहिती व तंत्रज्ञान उद्योग (IT) आणि बिझनेस प्रोसेस आऊटसोर्सिंग (BPO) उद्योगाशी संलग्न एक व्यापारी संस्था आहे.

परदेशांतही हिंदीतून भाषणे केली आणि श्रोत्यांची वाहवाही मिळवली. ज्याप्रमाणे संगीताला भाषेच्या सीमा नसतात, त्याचप्रमाणे वक्तृत्वही भाषेच्या बंधनापलीकडे जाऊ शकते हे मोदींनी सप्रमाण दाखवून दिले.

अशा प्रभावशाली वक्त्याच्या प्रत्येक पैलूचा मी बारकाईने अभ्यास केला आहे आणि त्याच्या उत्तमातील उत्तम अशा निवडक भाषणांमधून एकेका मुद्द्यांचे सत्त्व तपासले आहे. माणसांना आपलेसे करण्याचे कसब, सूक्ष्मदर्शीपणा आणि अगदी दहा वर्षांचे मूल असो किंवा ८० वर्षांचा वृद्ध- सर्वांशी जोडले जाण्याची कला, या सर्वांचे मी अगदी विच्छेदनच केले म्हणा ना! आधुनिक भारताच्या इतिहासात स्वतःचे अनुयायी तयार करणारा पंतप्रधान यापूर्वी झालेला नाही. मोदींनी फक्त चाहतेच नाहीत, तर 'मोदीभक्त' निर्माण केले आहेत!

हे पुस्तक या आणि अशा आणखी बऱ्याच पैलूंवर प्रकाश टाकते. वेगवेगळ्या क्षेत्रांतील दिग्गजांनी- मग ते उद्योग क्षेत्र असो, शिक्षण क्षेत्र असो किंवा अगदी रोजच्या साध्या गोष्टी असोत, या भाषणांतून काय लाभ घ्यायचा याचा परामर्श या पुस्तकातून देण्यात आला आहे. या पुस्तकात मांडलेल्या मुद्द्यांमधून विद्यार्थ्यांना, व्यवस्थापकांना आणि व्यावसायिकांनाही मार्गदर्शन मिळेल. माणसांवर आपला प्रभाव कसा पाडायचा, शब्दांचा वापर कसा आणि किती करायचा याचे मूलभूत मार्गदर्शन या पुस्तकामधून करण्यात आले आहे. ज्यांना आपले संवादकौशल्य सुधारायचे आहे अशांसाठी हे पुस्तक निश्चितच उपयुक्त ठरेल. वक्तृत्व हे निर्वात पोकळीत जन्माला येऊ शकत नाही. तसेच मोदींच्या वक्तृत्वाचे नातेही त्यांच्या नेतृत्वाशी निगडित आहे. म्हणूनच हे पुस्तक त्यांच्या नेतृत्वातील आणि अद्वितीय व्यक्तिमत्त्वातील कंगोरे उलगडत जाते.

शेवटी, चांगला वक्ता व्हायचे असेल तर बोलायला उभे राहिल्यावर आपले बोलणे अत्यंत प्रभावीपणे लोकांसमोर मांडता येणे आणि पटवून देता येणे आवश्यक असते. हे पुस्तक तुम्हाला ती वाट दाखवेल.

***

पूर्वविचार

चहावाला ते पंतप्रधान

'स्वप्न कधीही एक जादूची कांडी फिरवून अस्तित्वात येत नाही.
त्यासाठी घाम गाळावा लागतो, दुर्दम्य इच्छाशक्ती
आणि परिश्रम घ्यावे लागतात.'
–कॉलिन पॉवेल

साधेसुधे पूर्वायुष्य

नरेंद्र मोदी यांचा जन्म १७ सप्टेंबर १९५० रोजी गुजरातमधील वडनगर या गावी झाला. त्यांचे कुटुंब ओबीसीमधील तेली (घानची तेली) समाजाचे. त्यांचे वडील दामोदरदास मूलचंद मोदी किराणा मालाचे लहानसे दुकान चालवत आणि आई हिराबाई या गृहिणी होत्या. सहा भावंडांमध्ये नरेंद्र तिसरे. शौचालय-न्हाणीघराची सुविधाही नसलेल्या तीन खोल्यांच्या घरात हे कुटुंब राहत होते. पिण्याचे पाणीही जवळच्या विहिरीतून शेंदून आणावे लागे. त्यांचे वडील आणि भावंडे तलावाच्या पाण्यात अंघोळी करत. कुटुंबाचा पसारा वाढला तशी दामोदरदासांनी मजला वाढवून एक पत्र्याची खोली बांधून घेतली.

नरेंद्र लहानपणापासूनच हुशार होते. त्यांच्यात मित्र जोडण्याची कला होती. शाळेतल्या, वस्तीतल्या मुलांशी त्यांची लवकरच गट्टी जमली आणि एक मोठा मित्रपरिवार तयार झाला. अगदी भावंडांशीही त्यांची कधी भांडणे झाली नाहीत. कधी वाद झालेच, तर गप्प बसून विरोध दर्शवण्याची त्यांची पद्धत होती.

बालवयातच त्यांना वाचनाची गोडी लागली. जिज्ञासूवृत्ती आणि हुशारीमुळे

शाळेतही समाजविज्ञान आणि इंग्रजी विषयांत त्यांना गती होती. फावल्या वेळात ते गावातल्या वाचनालयात जाऊन लहान मुलांची मासिके, पुस्तके वाचून काढत. त्यांची आवड लक्षात घेऊन त्यांच्या काही मार्गदर्शकांनी त्यांना पुस्तके भेट दिली. पैसे वाचवून ते पुस्तके विकत घ्यायचे आणि यातूनच त्यांनी स्वतःचे एक छोटेसे वाचनालय तयार केले. पुढे मोठे झाल्यावर स्वामी विवेकानंदांचे पुस्तक त्यांच्या वाचनात आले. राजकीय विचार, देशभक्ती आणि अध्यात्म यांवरील विवेकानंदांच्या विचारांनी ते अतिशय प्रभावित झाले. नंतरच्या काही वर्षांत मोदींना आध्यात्मिक विचारांनी झपाटून टाकले आणि विवेकानंदांच्या पुस्तकांत नमूद केलेल्या आध्यात्मिक केंद्रांचा आणि आश्रमांचा त्यांनी शोध घेतला. मोदींच्या आजच्या बुद्धिमत्तेची आणि त्यांच्या अद्वितीय संवादकौशल्याची मुळे त्यांच्या बालवयातल्या वाचनामध्ये दडली आहेत, असे म्हणणे वावगे ठरणार नाही. शाळेत होणाऱ्या वादविवादांत त्यांचा सक्रिय सहभाग असे. त्यांचे शिक्षक आणि वर्गमित्र त्यांच्या स्पष्ट विचारांचे आणि त्यांच्या मतांचे कौतुक करत.

अगदी मुख्याध्यापकांसमोर आपली बाजू मांडतानाही त्यांनी सदसद्विवेकबुद्धीचे उदाहरणच घालून दिले. त्यांची शाळेत असतानाची एक आठवण सांगितली जाते- एकदा त्यांच्या वर्गमित्राला वर्गातीलच काही मुले मारहाण करत होती. मोदींनी ते पाहिले आणि मारहाण करणाऱ्या मुलांच्या शर्टवर शाई शिंपडली. या मारहाणीबद्दल मुख्याध्यापकांना समजले. ते स्वतः वर्गात आले आणि मस्ती करणाऱ्या मुलांना त्यांनी उभे राहण्यास सांगितले. कोणीच उभे राहीना, तेव्हा मोदी उभे राहिले आणि त्यांनी ज्यांच्या शर्टवर शाई उडालेली आहे त्या मुलांची चूक असलेल्याचे निर्भीडपणे सांगितले. त्यानंतर त्या मुलांना शिक्षा करण्यात आली.

असाच आणखी एक प्रसंग आहे. मुलांचा गृहपाठ मॉनिटरनी तपासावा अशी सूचना शिक्षकांनी केली. मोदींनी ही आज्ञा पाळण्यास नकार दिला आणि या आपल्या निर्णयावर ते ठाम राहिले. त्यांचा गृहपाठ हा शिक्षकांनीच तपासायचा, अन्य कोणीही नाही, या त्यांच्या निश्चयापासून ते ढळले नाहीत. एकदा त्यांनी ठरवले की ठरवले. मग ते मागे हटत नसत आणि मुद्दाही सोडत नसत. त्या अर्थी कोणी त्यांना उद्धटही म्हणेल; पण अरेरावी करण्याचा त्यांचा स्वभाव नव्हता. ते मोठ्यांशी आदरानेच वागत आणि नेहमीच्या अभ्यासाशिवाय अन्य जबाबदारी

सोपवली गेली तरी ती ते स्वेच्छेने आणि आनंदाने पार पाडत.

सेवाभावी वृत्ती

सेवाभावी वृत्तीने जबाबदारी सांभाळण्याचा मोदींचा हा स्वभाव त्यांच्या घरीही उपयोगी पडत असे. त्यांच्या वडिलांनी चहाची टपरी सुरू केली, तेव्हा शाळा सुटल्यावर ते उत्साहाने टपरीवरचे कामही सांभाळू लागले. आईलाही घरकामात मदत करू लागले. अगदी स्वयंपाकातही! सेवा करण्याच्या या वृत्तीला पुढे देशभक्तीची जोड मिळाली आणि वयाच्या आठव्या वर्षी त्यांनी राष्ट्रीय स्वयंसेवक संघटनेत (आरएसएस) प्रवेश केला. आरएसएस किंवा भारतीय जन संघासाठी त्यांनी जेवढे काम केले तेवढेच काम काँग्रेससाठीही केले. एका लहान मुलाच्या उत्साहाने ते आजही काम करत असतात. त्यांना सैन्यात भरती व्हायचे होते; पण वडिलांनी नकार दिला. घरची परिस्थिती बेताची असल्याने काटकसरीचे महत्त्व त्यांना लहानपणीच समजले. त्यांच्याकडे कपड्यांचे दोनच जोड असले तरी पण ते स्वच्छ असत. नीटनेटके दिसण्याबद्दल ते दक्ष होते.

आध्यात्मिक आणि शारीरिक संस्कार

मोदींनी केवळ आध्यात्मिकतेचेच नव्हे, तर शारीरिक क्षमतेचेही उदाहरण घालून दिले आहे. मोदींना पोहायला खूप आवडायचे. गावच्या तलावात ते मनसोक्त पोहायचे. त्या तलावातील खडकाळ जमिनीवर एक देऊळ होते. सणासुदीला देवळाच्या कळसावरील भगवा झेंडा उतरवून तेथे नवा झेंडा लावला जाई. एकदा मुसळधार पावसाने तो तलाव तुडुंब भरला होता. इतका, की तलावातील मगरीही जीव वाचविण्यासाठी पाण्याबाहेर आल्या होत्या. अशा परिस्थितीत पोहून देवळापर्यंत जाणे कोणालाच शक्य नव्हते; पण अवघा १२ वर्षांचा नरेंद्र आपल्या काही आडदांड मित्रांसोबत त्या पाण्यात पोहत गेला आणि कळसावर नवा झेंडा लावून पोहत परत आला.

मोदींचे कुटुंब अतिशय धार्मिक होते. त्यांच्या छोट्या घरातही एक खोली देवघरासाठी होती. देव्हाऱ्यात त्यांच्या कुलदेवतेच्या व इतर देवांच्या मूर्ती होत्या. घरच्या पूजेबरोबरच त्यांनी जवळच्या देवळात जाण्याची सवय लावून घेतली.

त्यांच्यातील आध्यात्मिक वृत्तीमागे विवेकानंदांचा प्रभाव होता. निःस्वार्थीपणा आणि स्वयंशिस्त हे गुण त्यांनी अंगी बाणवले होते. वर्षातून दोनदा ते नवरात्रीचा उपवास करत. तरुण वयातच आत्मसंयमाचा पाठ त्यांनी गिरवला. आहारातून मीठ, गूळ, मिरच्या आणि तेल वर्ज्य केले. दिवसातले १८ तास कामात व्यग्र असूनही आजही ते न चुकता उपवास करतात. दुर्दम्य इच्छाशक्ती आणि कडक शिस्त अंगी बाणवण्यासाठी उपवास हा एक उत्तम आध्यात्मिक उपाय आहे. त्यामागे आणखी एक छुपे कारण आहे. ते म्हणजे, जर तुम्ही भुकेवर ताबा मिळवून प्रसंगी चांगल्या अन्नालादेखील 'नाही' म्हणू शकलात, तर तुम्ही लाच, लोभ, आळस आणि खोटी स्तुती या गोष्टींनादेखील 'नाही' म्हणू शकाल. म्हणजेच अशा खोट्या गोष्टींची भुरळ तुम्हाला पडणार नाही.

एक उत्तम नियोजक

कामाचे नियोजन करण्याचे आणि इतरांकडून काम करवून घेण्याचे कसब हे आपल्याला देवाकडून मिळालेले वरदानच आहे, असे मोदींनी २०१५ मध्ये टीव्हीवर दिलेल्या एका मुलाखतीत सांगितले होते. वयाच्या अवघ्या नवव्या वर्षी त्यांनी कल्पना लढवून, पुढाकार घेऊन आपल्या काही मित्रांबरोबर खाण्याची टपरी सुरू करून तिचे उत्पन्न तापी नदीवरील पूरग्रस्तांना देऊ केले. मित्रांचे मन वळवून समाजसेवा कशी करावी किंवा एखाद्या प्रकल्पासाठी भांडवलाची उभारणी कशी करावी याचे त्यांना उपजत ज्ञान होते. एकदा शाळेच्या आवाराची भिंत बांधून घेण्यासाठी निधी गोळा करावा लागणार होता. त्यासाठी त्यांनी एक नाटक बसवले. त्या नाटकाच्या पैशांमधून जो निधी गोळा झाला तो त्यांच्या मित्रांच्या आणि शिक्षकांच्या अपेक्षेपेक्षा जास्त होता. शिक्षणतज्ज्ञ या नात्याने मी जेव्हा बघतो तेव्हा मला दिसते, की एमबीए शिकणारी जी मुले आपल्या वर्गासाठी किंवा संस्थेसाठी अशा प्रकारच्या उपक्रमांमध्ये भाग घेतात ती मुले पुढील आयुष्यात यशस्वी होतात. आयुष्याच्या संपूर्ण वाटचालीत मोदींनी स्वयंसेवकाची ही जबाबदारी कायम पेलली. १९६७ मध्ये, म्हणजे वयाच्या १७व्या वर्षी मोदींनी गुजरातमधील पूरग्रस्तांना मदत केली. १९६५च्या भारत-पाकिस्तान युद्धात लढणाऱ्या जवानांना त्यांनी रेल्वे स्टेशनवर चहा देण्याचे काम केले.

देशबांधवांसाठी आणि गरजूंसाठी कायम सेवातत्पर राहण्याचा आदर्श त्यांनी समाजापुढे ठेवला.

सत्याच्या शोधात

महाविद्यालयात वर्षभर शिकल्यानंतर त्यांनी शिक्षण सोडायचे ठरवले आणि देशभर फिरून सत्याचा शोध घेण्याचा निर्धार केला. पुस्तके वाचून अध्यात्माशी ओळख तर झाली; पण आता खरेखुरे आध्यात्मिक ज्ञान मिळवण्यासाठी ते उद्युक्त झाले. थोडा पैसा गाठीशी बांधून घराबाहेर पडल्यावर आपल्या कुटुंबीयांपासून दूर जवळजवळ दोन वर्षे ते ठिकठिकाणी फिरले. विवेकानंदांच्या आश्रमांमध्ये गेले. कोलकत्याला 'बेलूर'च्या मठात प्रवेश घेण्याची इच्छा असूनही त्यांचे अल्पवय पाहून त्यांना प्रवेश मिळाला नाही. या दोन वर्षांत ते नेमके कसे जगले याबद्दल फारशी माहिती उजेडात आलेली नाही, पण भारताच्या उत्तरेकडचे आणि ईशान्येकडचे जवळजवळ सगळे आश्रम त्यांनी पालथे घातले; साधू-संन्यासांच्या सहवासात ते राहिले. उत्तराखंडात 'अलमोरा' थंड हवेचे ठिकाण तिथल्या 'अद्वैत आश्रमात' ते काही काळ राहिले. राजकोटच्या 'रामकृष्ण' मठातही त्यांनी बराच काळ वास्तव्य केले. दोन वर्षांनी घरी परतल्यावर थोडेच दिवस ते आईबरोबर राहिले. नंतर अहमदाबादमध्ये काकांच्या घरी ते राहायला गेले. गुजरात राज्य परिवहन मंडळात त्यांचे काका खानावळ सांभाळत. मोदींनी काकांच्या खानावळीत काम करण्यास सुरुवात केली. वयाच्या विसाव्या वर्षांपर्यंत मोदी स्वतःला नेमके काय हवे आहे ते न समजता असेच दिशाहीन आयुष्य जगत होते. त्यांचा शोध मात्र सुरूच होता.

आतला आवाज

काकांच्या खानावळीत काम करत असतानाच सत्संग आणि राजकीय विवादांनाही ते उपस्थित राहत. १९७२च्या सुमारास त्यांनी स्वतःला राष्ट्रीय स्वयंसेवक संघाच्या (आरएसएस) कार्यात संपूर्ण वेळ वाहून घेतले. सर्वजण ज्यांना 'वकीलसाहेब' म्हणत त्या लक्ष्मणराव इनामदारांमुळे आठ वर्षांचे असतानाच मोदींना आरएसएसमध्ये बाल स्वयंसेवक म्हणून प्रवेश मिळाला. मोदींनी

त्यांच्याशी ओळख वाढवली. त्यांच्या मनात संघाचे स्वयंसेवक होण्याची ऊर्मी जागवण्याचे कार्यही इनामदारांनीच केले. नंतर मोदी काकांचे घर सोडून इनामदारांच्या घरी राहायला गेले. इनामदारांचे कुटुंब म्हणजे १५ जणांचा गोतावळा होता. तेथे राहायला गेल्यावर मोदींनी रोजची कामे आखून घेतली. त्यांचा दिवस भल्या पहाटेच सुरू होई. लवकर उठायचे, दूध आणायचे, सर्वांसाठी चहा करायचा, शाखेत जायचे, शाखेतून आल्यावर सर्वांचा नाश्ता बनवायचा, घराची साफसफाई करायची आणि स्वतःचे कपडे धुवायचे, ही एवढी कामे त्यांनी अंगावर घेतली.

या दरम्यान अनेक चांगल्या व्यक्तींशी मोदींचा संपर्क आला. त्यांपैकीच एक म्हणजे कन्याकुमारीला ज्यांनी विवेकानंद स्मारकाची स्थापना केली ते एकनाथ रानडे. जसजसा काळ पुढे सरकत होता तसतशी आरएसएसची आणखी महत्त्वाची कामे मोदींनी अंगावर घेतली. आरएसएसच्या काही प्रादेशिक शाखांचा कारभार ते पाहू लागले. वैद्यकीय उपचारांसाठी आणि संघाच्या कामासाठी परगावाहून अहमदाबादमध्ये येणाऱ्या स्वयंसेवकांची आणि त्यांच्या कुटुंबीयांची येण्या-जाण्याची व राहण्याची सोय करण्याचे कामही त्यांच्यावर सोपवले गेले. याचबरोबर गुजरातमध्ये विविध भागांत पर्यटन व्यवसाय सांभाळणाऱ्यांसाठी आवश्यक त्या प्रवासी सुविधा पुरवण्याचे कामही त्यांनी केले. अशा प्रकारे संघाचा अत्यंत विश्वासू आणि भरवशाचा कार्यकर्ता म्हणून त्यांचा लौकिक झाला. आपल्या मेहनती, निःस्वार्थी आणि धीरोदात्त वृत्तीमुळे त्यांच्याकडे आदराने पाहिले जाऊ लागले. ते खऱ्या अर्थाने तळागाळातून वर आलेले कार्यकर्ते होते. आयुष्याच्या प्रत्येक टप्प्यावर सर्व थरांत त्यांचा जनसंपर्क राहिला.

त्याच दरम्यान इनामदारांनी त्यांना पुढील शिक्षण घेण्यास प्रेरित केले. त्यानुसार मोदींनी दिल्ली विद्यापीठात बॅचलर ऑफ पॉलिटिकल सायन्ससाठी प्रवेश घेतला व नंतर गुजरात विद्यापीठातून मास्टर्सची पदवी प्राप्त केली.

खरी कर्तव्यनिष्ठा

मोदी किती कार्यतत्पर आहेत याचा प्रत्यय आधी संघाच्या कार्यकर्त्यांना आणि

नंतर भारतीय जनता पक्षाला (भाजप)ही आला. काम करण्यात त्यांना आनंद मिळायचा. कोणतेही काम हे नवीन काही तरी शिकण्याची संधी आहे असे ते मानत. कोणतेही परिमाण लावले तरी जास्तीत जास्त कामे अंगावर घेऊन ती पूर्ण करण्याचा लढाऊ बाणा त्यांच्यात आहे. सगळी इच्छाशक्ती पणाला लावून अतिशय उत्साहाने ते काम करतात. खंबीर नेतृत्वाचे हेच लक्षण आहे. अर्थात असे नेते आजमितीस हाताच्या बोटांवर मोजण्याइतकेही नसतील, हा भाग अलाहिदा! हाताखालच्या माणसांना आदेश देणे ही एक गोष्ट झाली आणि बाह्या सारून स्वतः एखादे काम हाती घेणे ही वेगळी गोष्ट आहे. काम कोणतेही असो, मोदी सर्वांच्या पुढे असतात. अगदी आरएसएसचे पूर्णवेळ कार्यकर्ते होण्यापूर्वीही त्यांनी संघाच्या अनेक चळवळींत पुढाकार घेतला; मग ती 'गोरक्षा' चळवळ असो किंवा महागाईविरुद्धची चळवळ असो.

१९७२ साली गुजरातमध्ये भीषण दुष्काळ पडला आणि जयप्रकाश नारायण यांच्या नेतृत्वाखाली काँग्रेस सरकारविरुद्ध मोहीम सुरू झाली. दुष्काळी परिस्थितीचे निवारण करण्यास सरकार असमर्थ ठरले, अशी सगळीकडे ओरड सुरू झाली. महागाईविरुद्ध सर्व विद्यार्थ्यांनी व मध्यमवर्गीयांनी 'नवनिर्माण आंदोलन' सुरू केले. १९७३च्या शेवटापर्यंत या चळवळीमुळे प्रचंड उलथापालथ झाली. सरकारविरोधात असहकार पुकारला गेला. जयप्रकाश नारायण यांच्या व्यक्तिमत्त्वामुळे आणि तत्त्वांमुळे मोदी अतिशय प्रभावित झाले. आरएसएसने या आंदोलनाला पाठिंबा दिल्यामुळे चळवळीला आणखी चालना मिळाली. अखेरीस राज्यातील काँग्रेस सरकार कोसळले.

पुढे २६ जून १९७५ रोजी इंदिरा गांधींनी देशात आणीबाणी जाहीर केली. अटलबिहारी वाजपेयी, लालकृष्ण अडवाणी, जयप्रकाश नारायण आणि मोरारजी देसाई अशा सर्व विरोधीपक्षीय नेत्यांना अटक करण्यात आली. मग अटकेपासून बचाव करण्यासाठी आरएसएसच्या कार्यकर्त्यांनी भूमिगत होऊन काम करण्याचे ठरवले. संघाने अहिंसेच्या मार्गानेच पुढे जायचे निश्चित केले. मोदींना संघात दाखल होऊन जेमतेम तीनच वर्षे झाली होती. त्यांना या राजनैतिक घडामोडींमध्ये रस निर्माण झाला, आणि हीच त्यांच्या पुढील राजकीय प्रवासाची नांदी ठरली.

आणीबाणीच्या काळातील भूमिका

२२ मार्च १९७७ रोजी, म्हणजे तब्बल २१ महिन्यांनी आणीबाणी मागे घेतली गेली. जनसंघ आणि आरएसएस या दोन्ही संघटनांसाठी हा काळ अत्यंत कठीण होता. तोपर्यंत संघाच्या कार्यात २५ वर्षांचे मोदी पूर्णपणे गुंतून गेले होते. विश्वासू आणि जबाबदार कार्यकर्ते म्हणून मोदींनी आपले स्थान निर्माण केलेच होते व आपली नियोजनक्षमताही सिद्ध केलेली होती. या काळात सरकारने आरएसएसला काम करण्यास मज्जाव केला होता आणि सर्व कार्यकर्ते भूमिगत झाले होते. अशा वेळी स्वयंसेवकांच्या राहण्याची व्यवस्था करण्याचे काम त्यांच्यावर सोपवले गेले. संघाची पत्रके, पुस्तिका आदी गुपचूप छापणे व ती आपसात वाटणे, हे जोखमीचे कामही त्यांच्यावरच सोपवले गेले. याच दरम्यान केंद्र सरकारने दिल्लीला आंतरराष्ट्रीय परिषद भरवली. संघाला त्यांच्या प्रतिनिधींकडे एक गोपनीय निरोप पोहोचवायचा होता. हे काम जिकिरीचे होते. मोदींनी पाच वेगवेगळ्या पुस्तिका छापल्या आणि रेल्वेमार्गाने त्या इच्छित स्थळी पोहोचत्या केल्या.

या काळात आरएसएसच्या आणि इतर 'संघ परिवार' नेत्यांच्या सभा भरवण्याची जबाबदारी मोदींनीच उचलली. पोलिसांच्या नजरेतून बचाव करण्यासाठी ते कधी संन्याशाच्या वेशात फिरले, तर कधी झुबकेदार दाढी-मिशा लावून शिखासारखे राहिले. पण संघाचा लढा पुढे चालू ठेवण्यासाठी पैसा उभा करणे आणि तुरुंगात असलेल्या स्वयंसेवकांच्या कुटुंबीयांची देखरेख करणे ही मोदींपुढची खरी आव्हाने होती. सरकारने श्रीमंतांच्या व्यवहारांवर बारीक लक्ष ठेवले होते. त्यामुळे दान करण्यासाठी पैसेवाले लोक कचरत होते. जिथून जिथून पैसा उभा करता येईल तिथे तिथे मोदींनी पाठपुरावा केला. अगदी सामान्य स्त्री-पुरुषांपासून ते दुकानदार आणि कामगारांपर्यंत ते पोहोचले. गोळा होणारी रक्कम फार नव्हती, पण संघाची चळवळ पुढे सुरू ठेवण्यासाठी हा मार्ग पत्करणे गरजेचे होते. आरएसएस आणि जनसंघाच्या भूमिगत नेत्यांनी गुप्त बैठका घेतल्या. इतर पक्षांच्या नेत्यांना, म्हणजेच जॉर्ज फर्नांडिस, राज नारायण, चरण सिंग, अशा लोकांना भेटण्याची संधीही मोदींना मिळाली. काही असले, तरी मोदींसाठी हा काळ खडतर आणि आयुष्याचे धडे देणारा ठरला.

पक्षात उंचावलेले स्थान

आणीबाणी उठवून एक वर्ष उलटेपर्यंत मोदी सहा तालुक्यांचे 'विभागप्रमुख' म्हणून घोषित झाले होते. पुढच्या काही वर्षांत 'प्रांत पदाधिकारी' म्हणून त्यांना बढती मिळाली, तसेच आरएसएसच्या प्रादेशिक शाखांचे ते सह-अध्यक्ष झाले. वयाच्या अवघ्या ३१ वर्षी त्यांनी केवळ सहकाऱ्यांचीच नव्हे, तर संघ परिवाराच्या तमाम वरिष्ठांचीही मर्जी संपादन केली.

राजकारणाची निवडणूक लढवणे

मोदींनी १९८५ साली आरएसएसचे काम सोडले आणि संघानेच स्थापन केलेल्या भारतीय जनता पक्षात (भाजप) प्रवेश केला. तीनच वर्षांत ते भाजपच्या व्यवस्थापकपदावर गुजरात विभागातून निवडून आले. उत्कृष्ट व्यवस्थापनकौशल्य आणि त्याबरहुकूम संचालन करणे, हे मोदींमधले गुण लालकृष्ण अडवाणींनी हेरले आणि १९९० साली 'अयोध्या रथयात्रा' मोहिमेत त्यांना सहभागी करून घेतले. पुढे १९९१-९२ मध्ये झालेल्या 'एकता यात्रा' मोहिमेत मोदींनी मुरली मनोहर जोशींनाही सहकार्य केले. याच काळात पक्षाच्या प्रमुख नेत्यांनी त्यांच्या गुणांची दखल घेतली.

गुजरात राज्यातील विधानसभा निवडणुकांमध्ये १९९५ साली भाजपला जिंकून देण्यात मोदींचा वाटा मोलाचा होता. नोव्हेंबर १९९५ मध्ये ते भाजपचे राष्ट्रीय चिटणीस म्हणून निवडून आले आणि मध्यवर्ती राजकारणाचा भाग बनले. १९९९ साली गुजरात राज्याच्या लोकसभा निवडणुकांमध्ये पार्टीच्या प्रचारमोहिमांचे ते सर्वेसर्वा झाले. आरएसएस, भाजप आणि विश्व हिंदू परिषद (विहिंप) या सर्व संघटनांना चालना देण्याची महत्त्वपूर्ण कामगिरी त्यांनी चोख बजावली आणि भाजपने २६ पैकी २० जागा जिंकल्या.

२००१च्या दरम्यान गुजरातचे तत्कालीन मुख्यमंत्री केशूभाई पटेल यांची तब्येत बिघडली आणि त्याच सुमारास राज्यात उद्भवलेल्या भूकंपाचे पडसाद राजकारणावरही उमटले. राज्याचा कारभार पटेलजींना सावरता येईना. भाजपच्या वरिष्ठांपुढे मोठा प्रश्न होता, की आता मुख्यमंत्र्यांच्या जागी कोणाला नेमावे, आणि

त्यासाठी पक्षाचे सदस्य नवा उमेदवार शोधू लागले. त्या वेळी मोदींचे नाव सुचवण्यात आले. अडवाणी आणि इतर वरिष्ठांचे मत पडले, की मुख्यमंत्रिपदासाठी मोदी अननुभवी आहेत, त्यामुळे त्यांनी उपमुख्यमंत्री किंवा पटेलजींचे सहकारी म्हणून काम करावे. मोदींनी या पदासाठी नकार दिला आणि अटलबिहारी वाजपेयींना असे विनवले, की एक तर आपल्यावर संपूर्ण जबाबदारी देण्यात यावी, अन्यथा अजिबात दिली जाऊ नये. शेवटी पक्षाच्या प्रमुख नेत्यांनी मोदींच्या नावावर शिक्कामोर्तब केले. ३ ऑक्टोबर २००१ रोजी मुख्यमंत्रिपदावर केशूभाई पटेलजींच्या जागी मोदींची नियुक्ती झाली.

मुख्यमंत्रिपदावर आल्यानंतरच्या पहिल्या सत्रात त्यांच्यापुढे आपली क्षमता आणि योग्यता सिद्ध करण्याचे मोठे आव्हान होते. थोड्याच दिवसांनी, म्हणजे २७ फेब्रुवारी २००२ रोजी गोध्रा हत्याकांड झाले. अयोध्येहून गोध्राला येणाऱ्या रेल्वेमध्ये जवळपास साठाहून अधिकजण मारले गेले. या घटनेतून हिंदू-मुस्लिम दंगल सुरू झाली. त्यामध्ये ९०० ते २००० जण मारले गेल्याची आणि तेवढेच लोक जखमी झाल्याची नोंद झाली. मोदींना ही परिस्थिती हाताळणे जमले नाही, आणि त्यांनी दंगलखोरांवर पुरेशी कारवाई केली नाही, असे आरोप त्यांच्यावर झाले हे सर्वश्रुतच आहे. जे पक्ष केंद्र सरकारच्या राष्ट्रीय लोकशाही आघाडी (रालोआ National Democratic Alliance - NDA) सदस्य होते त्यांनी आणि विरोधी पक्षांनी मोदींवर कडाडून टीका केली व त्यांच्या राजीनाम्याचा प्रस्ताव उचलून धरला. मोदींनी राजीनामा देऊ केला; परंतु भाजपच्या नेत्यांनी त्यांचा राजीनामा स्वीकारला नाही. विधानसभेचे सत्र संपण्याची अधिकृत तारीख डिसेंबर २००२ होती. गुजरातमध्ये पुन्हा विधानसभेच्या निवडणुका जाहीर झाल्या. मोदींच्या नेतृत्वाखाली भाजपने १८२ पैकी १२७ जागा जिंकल्या आणि दुसऱ्या सत्रातही मुख्यमंत्रिपदावर मोदीच विराजमान झाले.

या सत्रात त्यांच्या कार्यकारिणीतील प्रमुख योजना होत्या- राज्याची आर्थिक प्रगती आणि सर्वांगीण विकास. त्यांनी खासगीकरणाचा पुरस्कार केला तसेच गुंतवणूकदारांना आवाहन केले. गुजरात हे भ्रष्टाचारमुक्त राज्य करण्याचा विडा

उचलला. चाकोरीपलीकडे विचार करून त्यांनी काही उपाय योजले आणि 'व्हायब्रंट गुजरात' ही द्वैवार्षिक योजना अमलात आणली. या योजनेच्या पहिल्या टप्प्यावर, म्हणजे २००३ साली परस्पर सामंजस्याने ७६ करार झाले, ज्यांची किंमत १४ अब्ज अमेरिकन डॉलर्स एवढी होती!

मोदींनी दुसऱ्या सत्रातही यशस्वी वाटचाल केली आणि पुढच्या निवडणुकांमध्ये भाजपला ११७ जागा जिंकून दिल्या. मुख्यमंत्रिपदाच्या तिसऱ्या सत्रात त्यांचा संपूर्ण भर गुजरातच्या सर्वांगीण विकासावर होता. येथील बऱ्याच शेतजमिनी पाण्याअभावी नापीक होत्या. शेतीतून फारसे उत्पन्नही येत नव्हते. मोदींच्या कारकिर्दीत या स्थितीमध्ये आमूलाग्र बदल झाले. २००८ पर्यंत मोदींनी शेतीला पाणीपुरवठा करणारी सुमारे पाच लाख बांधकामे केली आणि धरणेही बांधून घेतली. मागील ४० वर्षांत जितकी बांधकामे झाली असतील त्यांच्या दसपट कामे मोदींनी केली. या प्रकल्पांमुळे जमिनीची धूप होणे कमी झाले. राज्यातील एकूण पाण्याची पातळी वाढली. कूपनलिकांचा उपयोग करून पाणी उपसण्याची योजना चांगलीच उपयोगी पडली. गुजरात हे सबंध देशात सर्वाधिक कापूस उत्पादन करणारे राज्य ठरले. सरकारनेदेखील राज्यात गावोगावी वीजपुरवठा करण्याचा चंग बांधला. शेतीला वीजपुरवठा आणि ग्रामीण वीजपुरवठा हे दोन्ही वेगळे झाले. एका भाषणामध्ये मोदी म्हणाले होते, की कृषी उत्पादन वाढवणे आणि गावाखेड्यांपर्यंत वीज पुरवणे हे आमच्यासाठी खूप मोठे आव्हान होते. कारण एकीकडे आमच्यासमोर पाकिस्तान आहे तर दुसरीकडे रखरखीत वाळवंट. २०१२ मध्ये झालेल्या विधानसभेच्या निवडणुकांमध्ये मोदी ८६,३७३ मतांनी विजयी झाले. भाजपने १८२ पैकी ११५ जागा जिंकल्या व स्पष्ट बहुमत मिळवले. मुख्यमंत्रिपदावर मोदींनी सलग चौथ्यांदा स्थान मिळवले.

राष्ट्रीय पटलावर आगमन

'थोडी अजून चिकाटी, थोडी अजून मेहनत...
मग पराजयाचं रूपांतर विजयात झालंच समजा!'

–एल्बर्ट हब्बर्ड

सदैव ध्येयाचा पाठपुरावा करणारे आणि अशक्य ते शक्य करून दाखवणारे व्यक्तिमत्त्व, या नात्याने मोदींनी २००९च्या लोकसभा निवडणुकीत मोलाची कामगिरी केली. संयुक्त पुरोगामी आघाडी-संपुआ (United Progressive Alliance - UPA) ने सरकार स्थापन केले असले तरीही भाजपने १५९ जागा जिंकून दुसरे स्थान पटकावले. २०१४च्या निवडणुका आल्या तशी भाजपच्या संसदीय समितीने 'सर्वाधिकार निर्णय' मंडळावर त्यांची नियुक्ती केली. तसेच पुढील निवडणुकासाठी, भाजपच्या केंद्रीय निवडणूक समितीचे अध्यक्षपदही मोदींना दिले. लवकरच पंतप्रधानपदासाठी भाजपचे उमेदवार म्हणून त्यांची वर्णी लागली.

प्रचारसभा : न भूतो न भविष्यति!

वाराणसी आणि वडोदरा अशा दोन्ही जागांवरून मोदी निवडणूक लढले आणि दोन्ही जागी विजयीही झाले. वाराणसीहून लढणारे आम आदमी पक्षाचे अरविंद केजरीवाल आणि वडोदऱ्याहून लढणारे अखिल भारतीय काँग्रेस पक्षाचे मधुसूदन मिस्त्री या दोघांवर त्यांनी मात केली. तत्काळ निर्णय घेणे, नोकरशाहीचे उच्चाटन करणे आणि गुंतवणुकीसाठी भारताला विश्वसनीय स्थान म्हणून दर्जा देणे, या गोष्टींचे आश्वासन मोदींच्या कार्यप्रणालीत होते. इलेक्ट्रॉनिक माध्यमे आणि फेसबुक, ट्विटर व गुगल हँग-आऊट या माध्यमांचा वापर करून मोदी देशाच्या कानाकोपऱ्यांत पोहोचले. 'म्युजन' ही ब्रिटिश कंपनी 'हॉलोग्राम यंत्रणा' तयार करते. या तंत्राचा वापर मोदींनी प्रचारासाठी मोठ्या खुबीने करून घेतला. ध्वनिमुद्रणाच्या यंत्रणेने सुसज्ज अशा ट्रॅकमध्ये आपली भाषणे मुद्रित करून केवळ ६० दिवसांत त्यांचा आवाज लाखो लोकांपर्यंत पोहोचला. या उच्चतंत्राचा वापर केल्याने जवळजवळ ७०० प्रचारमोहिमा ते एका जागी बसून राबवू शकले. त्याशिवाय देशातल्या ४५० ठिकाणी प्रत्यक्ष जाऊन त्यांनी प्रचार केला तो वेगळाच!

यूपीएच्या दहा वर्षांच्या कारभारामुळे निराश झालेल्या जनतेच्या आशा मोदींच्या प्रभावी भाषणांमुळे पुन्हा पल्लवित झाल्या. जनतेकडून कायम विचारणा होई, 'कोणी तरी भारत बदलून दाखवेल का? सरकार कर्तव्यदक्ष आणि प्रगल्भ होईल

का?' आणि मोदींनी खणखणीत उत्तर दिले, की त्याच कचेऱ्या, त्याच फाइल्स, तेच नोकरदार असतानाही सरकार उत्तम चालू शकते, जनतेसाठी परिणामकारकरीत्या काम करू शकते. मोदींनी 'अच्छे दिन' आणण्याचे वचन दिले. 'किमान शासक- कमाल शासनव्यवस्था' या तत्त्वाला अनुसरून अशी शासनव्यवस्था आणण्याचे वचन दिले जी उद्योगसमूहांच्या, सामान्यजनांच्या आणि शेतकऱ्यांच्या बाजूने असेल. मोदींनी आपल्या घणाघाती भाषणांमधून आपल्या जगावेगळ्या विचारधारेची आणि समस्यानिवारणाची चुणूक दाखवून लाखो भारतीयांचा विश्वास संपादन केला.

त्यांना एकदा कोणी तरी विचारले, "तुमच्या मते भारताच्या दोन महत्त्वाच्या समस्या कोणत्या?" त्यांचे उत्तर असे होते : 'देशात उपलब्ध असलेल्या नैसर्गिक साधनांचा जास्तीत जास्त उपयोग कसा करून घ्यावा आणि देशातील समस्त तरुण पिढीला नोकरीच्या संधी कशा मिळवून द्याव्यात." 'मी पंतप्रधान नाही, प्रधान सेवक आहे,' असे म्हणून त्यांनी लाखो देशवासीयांच्या हृदयात स्थान मिळवले.

पुढील वाटचाल

२६ मे २०१४ रोजी मोदींचा शपथविधी झाला आणि ते भारताचे १५वे पंतप्रधान झाले. त्यांच्या मंडळात ४५ मंत्र्यांचा समावेश होता. ३३६ पैकी २८२ जागा मिळवून भाजप प्रचंड बहुमताने विजयी झाला.

सत्तेवर आल्यानंतरचे पहिले धाडसी पाऊल म्हणजे मोदींनी शपथविधीच्या प्रसंगी सार्कच्या (साऊथ एशियन असोसिएशन फॉर रिजनल कोऑपरेशन- सार्क) सर्व वरिष्ठांना पाचारण केले. पाकिस्तानच्या पंतप्रधानांनी शपथविधीला उपस्थित राहण्याची ही पहिलीच वेळ होती. या सोहळ्याला हजेरी लावलेल्या महत्त्वाच्या व्यक्तींमध्ये पाकिस्तानचे पंतप्रधान नवाज शरीफ, श्रीलंकेचे राष्ट्रपती महिंदा राजपक्ष आणि अफगाणिस्तानचे हमीद करझाई यांचा समावेश होता. मोदींनी या शपथविधी सोहळ्याला परराष्ट्र संबंध प्रस्थापित करणाऱ्या समारंभाचे स्वरूप दिले. कामकाजाच्या पहिल्याच दिवशी अशा राष्ट्रपुरुषांना एकत्र आणून जणू सार्कची छोटेखानी बैठकच घेतल्याचे चित्र दिसले. ही घटना सामान्य नव्हती. त्याच दिवशी

केंद्रीय मंत्र्यांच्या बैठकीत विशेष तपास पथक (एसआयटी- स्पेशल इन्व्हेस्टिगेशन टीम) सर्वोच्च प्रतिनिधींना बोलावले आणि भ्रष्टाचार करणाऱ्या भारतीयांचा परदेशी बँकांमध्ये असलेला काळा पैसा उघडकीस आणण्याच्या सूचना दिल्या. दोन दिवसात त्यांनी आपल्या कार्यप्रणालीचा मुद्देसूद अहवाल मंत्रिमंडळ सदस्यांसमोर सादर केला. त्यात प्रामुख्याने शिक्षण, कौशल्यतंत्रे, नोकरशाही, पारदर्शकता, पायाभूत सुविधा आणि स्थिर व कार्यक्षम शासनव्यवस्था आदी मुद्दे मांडले होते. पहिल्या चारच दिवसांत मोदींना जपानच्या पंतप्रधानांकडून आमंत्रण आले तसेच चीनच्या पंतप्रधानांकडून भारताशी हितसंबंध पुनर्प्रस्थापित करण्याचा प्रस्ताव मांडला गेला. हातात थोडेच दिवस असले की माणूस जसा जलदगतीने कामाला लागतो तसे मोदींनी सत्तेवर आल्याआल्या एकेक काम हातावेगळे करायला सुरुवात केली. सर्वप्रथम त्यांनी सर्व मंत्र्यांना आपापल्या खात्यांचे आराखडे तयार करायचे आदेश देऊन तत्काळ निर्णय घेण्यास सांगितले. पंतप्रधान कार्यालय (पीएमओ) व केंद्रीय मंत्रिमंडळ कार्यालयाचे वर्चस्व राखण्यासाठी मंत्रिगट (जीओएम-ग्रुप ऑफ मिनिस्टर्स) निकालात काढले. नोकरशाहीला संपूर्ण पाठिंबा देत त्यांनी सचिवांसमोर भाषण करून झटपट निर्णयप्रक्रिया लागू करण्याचे आवाहन केले.

४ जून २०१४ रोजी लोकसभेचे १६वे अधिवेशन भरले. अधिवेशनात मोदींचे पहिलेच भाषण होते. ''बहुसंख्येने निवडून देऊन भारतीय जनतेने आम्हाला शासन चालवण्याचा अधिकार म्हणजेच जनादेश दिला आहे. लोकशाहीच्या या मंदिरात सामान्य जनतेच्या आशा-आकांक्षा पूर्ण करण्याचे मी आश्वासन देतो. लोकसभेत बसलेल्या सर्वांना हे वाटणे स्वाभाविकच आहे, की इतकी वर्षे जर काही घडले नाही तर आता हे लोक काय उजेड पाडणार?'' असे सांगताना ते म्हणाले, ''संपूर्ण पाश्चिमात्य लोकशाही एकत्र आणली तरी भारतातील मतदारांची संख्या त्यांच्यापेक्षा जास्त भरेल. त्यामुळेच माझा लोकशाहीवरील विश्वास दृढ आहे.'' ''भारत हा नुसता होयबा करणारा देश नसून ते एक महान राष्ट्र आहे हे जगाला दाखवून देण्याची वेळ आली आहे,'' असे त्यांनी ठणकावून सांगितले.

नेतृत्व हे प्रतीकात्मक असते. आशा-आकांक्षा, ध्येयपूर्ती आणि कृती या घटकांशी त्याचा संबंध येतो. लोकांची मानसिकता बदलणे आणि त्यांना प्रेरित

करणे यासाठी नेतृत्व असते. मोदींनी आपल्या भाषणांमधून, संवादांतून उत्कृष्ट नेतृत्वाचे कंगोरे उलगडून दाखवले. मोदी देशात बदल घडवून आणतील, त्याचबरोबर गेल्या काही वर्षांतील शासनव्यवस्थेवरच्या ढासळत्या विश्वासाला पुन्हा जागृत करतील, या आशेवर जनतेने त्यांना निवडून दिले.

पंतप्रधानांसमोर खूप मोठी आव्हाने आहेत. देशांतर्गत तसेच बाहेरच्या समस्यांना सामोरे जात असलेल्या १२५ कोटी जनसमुदायावर राज्य करणे ही सोपी गोष्ट नव्हे. देशाला कणखर, समृद्ध बनवण्यासाठी स्वतःचा एकेक क्षण आणि कण अन् कण शक्ती खर्ची घालण्यास मोदी आता सज्ज झाले आहेत.

~

'चहुबाजूंनी अंधाराचे साम्राज्य असतानाही प्रकाशाचा किरण
पाहण्याची क्षमता म्हणजे 'आशा'!'

–प्रमुख बिशप डेस्मंड टुटू

***

१

साध्य व साधन यांची अचूक जाण

फुलपाखरासारखी सहजता आणि मधमाशीसारखा डंख

'तुम्ही निराशेच्या गर्तेत आकंठ बुडलेले असाल, सर्व काही तुमच्या विरोधात जात असेल, तर शेवटपर्यंत तग धरून राहा. कारण तीच वेळ असते परिस्थिती बदलण्याची.'

–हॅरियट बीचर स्टोव्ह

पंतप्रधानांचे कार्यालय दहा वर्षांपासून निष्क्रिय आणि उदासीन असल्याचे भासत होते. त्या कार्यालयात मोदींनी चैतन्य निर्माण केले. निवडणुकांच्या वेळी भाजपने जनतेला दिलेल्या सर्व आश्वासनांची पूर्ती करण्याच्या निश्चयानेच मोदींनी कार्यालयात पहिले पाऊल ठेवले आणि स्वतःला तसेच सर्व सदस्यांना कामात झोकून दिले.

सर्वप्रथम त्यांनी स्वतःच्या कार्यालयाची शिस्तवार आखणी केली. सर्व मंत्री आणि कर्मचारी यांच्यावर वेळ पाळण्याचे बंधन घातले. कार्यालयात हजेरी लावण्यासाठी 'बायोमेट्रिक अटेन्डन्स सिस्टीम' बसवून घेतली, जेणेकरून केंद्रशासनापासून सर्वच कार्यालयांत काम करणाऱ्यांच्या येण्या-जाण्याच्या वेळा नोंदल्या जातील. मोदी स्वतःदेखील दररोज नऊच्या ठोक्याला कार्यालयात हजर असतात, तसेच इतरांनीही वेळेच्या बाबतीत हयगय करू नये याकडे त्यांचा कटाक्ष असतो. केवळ येण्या-जाण्याचीच वेळ पाळणे नव्हे, तर एकेक फाइल हातावेगळी करणे. पडून राहिलेले निकाल झटपट मार्गी लावणे, या कामांसाठीही वेळ पाळणे त्यांनी

बंधनकारक केले आहे. सर्व कार्यालये स्वच्छ ठेवण्याचे आदेश त्यांनी दिले आहेत. ज्या सहकाऱ्यांची कष्ट करण्याची तयारी नसेल त्यांना राजीनामा द्यायला लावला आहे. दैनंदिन कार्यसूचीमध्ये त्यांचा संदेश ठळक अक्षरांत लिहिलेला आहे, 'काम करा अथवा मरा!' त्यांच्या कर्मचाऱ्यांनाही त्यांनी सांगून ठेवले आहे, की कोणत्याही दडपणाखाली किंवा उपकारांखाली दबून काम करू नका आणि कसलीही अडचण आल्यास थेट माझ्याकडे या.

आव्हाने

इतके वैविध्य आणि अफाट लोकसंख्या असलेला देश चालवणे हेच मुळात खूप मोठे आव्हान आहे.

अर्थव्यवस्था, परराष्ट्रसंबंध, कौशल्यतंत्रे, शिक्षण, गरिबी, शेती, संरक्षण, पर्यावरण, ऊर्जा, आंतरराष्ट्रीय सुरक्षाव्यवस्था, पायाभूत सुविधा आणि आरोग्य अशा क्षेत्रांत काही ठोस बदल घडवून आणणे, ही आव्हानेदेखील प्रामुख्याने त्यांच्यापुढे आहेत.

परंतु सर्वप्रथम भारतीय जनतेची मानसिकता आणि दृष्टी बदलणे (सकारात्मकतेने!) हे त्यांच्यापुढचे सर्वांत मोठे तसेच महत्त्वाचे आव्हान आहे. निश्चित सूत्र बांधणे, काही नियम करणे आणि कार्याला निश्चित अशी दिशा देणे, हे काम जरी पंतप्रधानाच्या अखत्यारीत असले, तरी सरतेशेवटी ते काम तडीला नेण्याची जबाबदारी लोकांची व सरकारी यंत्रणेची असते.

जगातील सर्वांत मोठे प्रजासत्ताक राष्ट्र असलेला देश, जो नाना तऱ्हेच्या अडचणींनी ग्रासलेला आहे, त्याची घडी बसवणे हे काम सोपे नव्हे. एखादी छोटी नौका आपला मार्ग झपाट्याने बदलू शकते, पण भरकटलेल्या एका मोठ्या जहाजाला मुख्य प्रवाहात आणणे महाकर्मकठीण! म्हणूनच नव्या योजना अमलात आणण्यासाठी, त्यांचे योग्य परिणाम साधण्यासाठी थोडा वेळ लागणार आहे. आधीच ज्या देशाला वेगवेगळ्या धोरणांनी अर्धमेले केले आहे, भ्रष्टाचाराने मलीन केले आहे, त्या देशाला नव्या साच्यात सामावून घ्यायला थोडा वेळ लागेल. या पंतप्रधानांपुढे अडचणींचा डोंगर उभा असला, तरी क्रमवार आखणी करत त्यांना

एकेक समस्या हातावेगळी करावी लागणार आहे. हे घाईघाईने उरकण्याचे काम नव्हे.

उद्दिष्टांचे प्राधान्यक्रम : स्थानिक, प्रादेशिक आणि जागतिक स्तरांवर

नरेंद्र मोदींच्या कार्यप्रणालीमध्ये राष्ट्रीय पातळीवर ज्या योजना प्राधान्याने येतात, त्यांतील अग्रस्थानी असलेल्या योजना म्हणजे जनतेचा नोकरशाहीवरील विश्वास पुनःप्रस्थापित करणे आणि शिक्षण, जल, ऊर्जा व रस्तेबांधणी इत्यादींसारख्या क्षेत्रांत बदल घडवून आणण्यासाठी आपल्या नेमस्तांकडून नवनवीन संकल्पना विचारात घेणे.

पारदर्शकता, गुंतवणुकीतील सुधारणांसह आर्थिक सुधारणा आणि कालबद्धता या बाबींमुळे कायमस्वरूपी नीतिमत्ता जपली जाणे, या त्यांनी ठरविलेल्या अन्य महत्त्वाच्या बाबी आहेत. मंत्रिमंडळाच्या कामाला चालना देऊन पंतप्रधानांनी स्वतःदेखील दोन उद्दिष्टे साध्य करायचे ठरवले. पहिले म्हणजे, राष्ट्रीय हितसंबंध वाढतील अशा देशांशी सलोखा निर्माण करून परस्परसंबंध दृढ करणे, ज्यायोगे परराष्ट्रीय धोरण हाताळणे. दुसरे म्हणजे, परराष्ट्रीय हितसंबंध दृढ होत असतानाच एकीकडे राष्ट्राभिमान जागृत करणे. अशा पद्धतीने ते इतर देशांच्या वरिष्ठांशी हितसंबंध जोडत परदेशांत वास्तव्य करणाऱ्या भारतीय जनतेमध्ये हळूहळू आत्मविश्वास जागृत करत आहेत.

सत्तेवर आल्यानंतर एका वर्षात मोदींनी अठराहून अधिक देशांचे दौरे केले आहेत. तेथील शासनप्रमुखांशी तसेच अनिवासी भारतीयांशी संवाद साधला आहे. त्यांच्या भाषणांमधून आणि परिसंवादांमधून परदेशी गुंतवणूकदारांचा विश्वास संपादन झाला आहे. या दौऱ्यांमधून अनेकांशी करारही झाले आहेत. थेट परकीय गुंतवणुकीचे प्रमाण २०१४ पेक्षा २०१५ मध्ये अधिक आढळून आले आहे. भारताला आपली क्षमता सिद्ध करण्यात मोलाचे साहाय्य करणाऱ्या मोदींना ६६-७७ टक्के भारतीयांनी आपली पसंती दिल्याचे मतदानातून समोर आले आहे.

उद्दिष्टांचा फेरविचार

देशातील ६० टक्के लोक हे उपजीविकेसाठी शेतीवर अवलंबून आहेत. असे

असतानाही एकूण राष्ट्रीय उत्पादनात (जीडीपी) शेतीचे योगदान केवळ १४ टक्के ते १८ टक्के आहे. भारताकडे कच्च्या मालाचा मुबलक साठा आहे.

असे असूनही स्वातंत्र्यानंतरची सात दशके हा देश तयार उत्पादनांऐवजी कच्च्या मालाचीच निर्यात करत आला आहे. मोदींनी तयार केलेल्या तत्त्वप्रणालीमध्ये औद्योगिकीकरणावर भर देण्यात आला आहे. उद्योगधंदे वाढले की रोजगार वाढेल, समृद्धी येईल, क्रय-विक्रय वाढेल आणि अर्थव्यवस्थेला गती येईल. तसेच औद्योगिकीकरणामुळे नैसर्गिक संपत्ती आणि तरुण पिढीची कार्यशक्ती पुरेपूर वापरली जाईल. चरितार्थ चालवण्यासाठी जे हजारो लोक शेतीव्यवसायातून बाहेर पडले आहेत त्यांना रोजगाराच्या नव्या संधी उपलब्ध होतील. निवडणुकांनंतर मोदींकडून जनतेच्या आशा उंचावल्या गेल्या आणि त्यांनी चुटकीसरशी सगळे बदल घडवून आणावेत अशी अपेक्षा केली गेली. पण आता जनतेच्या लक्षात येऊ लागले आहे, की मोदींनी बदलाच्या दिशेने योग्य ती पावले उचलली आहेत आणि थोड्या प्रतीक्षेनंतर त्याचे योग्य ते परिणाम दिसणार आहेत.

जबाबदारीची जाणीव

उद्योगशीलतेचे दुसरे नाव म्हणजे मोदी. ते स्वतः दिवसातले १६ ते १८ तास अखंड काम करत असतात. कॉर्पोरेट जगतात काम करणारे एक वेळ सुट्टी घेतील किंवा काही संस्था शनिवारी-रविवारी कामकाज बंद ठेवतील; पण देश अहोरात्र जागा असतो. त्याला झोप नसते. मोदीही याच पद्धतीने काम करतात आणि त्यांच्या पावलांवर पाऊल टाकून त्यांच्या सहकाऱ्यांनी व मंत्र्यांनीही काम करावे असा त्यांचा आग्रह असतो. अनेक प्रसंगी त्यांनी नमूद केले आहे, मी आतापर्यंत एकही दिवस सुट्टी घेतलेली नाही.

कुशल नेतृत्वाचे आणखी एक उदाहरण इथे मोदी देतात- काम करण्याची एक पद्धत ठरवणे आणि त्याचा पाठपुरावा करणे. सामान्यतः इतर नेत्यांची अशी धारणा असते, की ते कामे आखून देतील; मग पुढे ती कामे आपसूक केली जातील. पण याउलट, एखादा कार्यकुशल नेता सगळी कामे नेटाने कशी पार पडतील याचा पाठपुरावा सतत करत राहतो आणि त्या कामांचा आवेग ओसरू देत नाही.

सातत्याने पाठपुरावा करणे, हे मोदींच्या दृष्टीने अतिशय महत्त्वाचे पाऊल आहे. सर्वानुमते निर्णय होत नाही तोपर्यंत कोणत्याही बैठकीची सांगता होत नाही. तोवर ते स्वस्थ बसत नाहीत. एखादी बैठक अर्धवट राहिली तर थोड्याच दिवसांत ते पुन्हा बैठक बोलावतात आणि कार्यक्रमपत्रिकेप्रमाणे सगळ्या निर्णयांवर शिक्कामोर्तब करूनच उठतात. बऱ्याच नेत्यांमध्ये असा दृढनिश्चय आणि अशी इच्छाशक्तीही नसते, हे केवढे दुर्दैव! सर्व मंत्र्यांना आणि सहकाऱ्यांना स्पष्ट सूचना केल्या जातात, की सभेला येताना त्या सर्वांनी तयारीनिशी यावे; फार पाल्हाळ न लावता ठळक मुद्दे नेमकेपणाने सादर करावेत. स्पष्टीकरण देत बसण्यापेक्षा थेट मुद्द्यावर येणे त्यांना रास्त वाटते.

याप्रमाणे सर्व मंत्र्यांचा आणि कर्मचाऱ्यांचा दिवस नऊ वाजता सुरू होतो. बरोबर साडेनऊपासून जेवणाच्या वेळेपर्यंत निरनिराळ्या कामकाजांसंबंधी बैठका घेतल्या जातात. मोदी कित्येक वेळा संध्याकाळपर्यंतही बैठका चालू ठेवतात. एखाद्या मोठ्या कंपनीची बोर्ड मीटिंग असावी असेच वातावरण या बैठकांमध्ये असते. बरेचसे मंत्री रात्री नऊ वाजता कार्यालयातून निघतात, तेही आपली कामे घरी घेऊन! मंत्री बाहेर पडल्याशिवाय इतर कर्मचाऱ्यांना कार्यालय सोडता येत नाही. बऱ्याचदा जास्तीचे काम असतेच. अशा वेळी सर्व मंत्री आपल्या कर्मचाऱ्यांना लवकर बोलावून घेतात किंवा रात्री उशिरा सोडतात, त्यांना बरोबर बसवून बारगळलेली कामे मार्गी लावतात किंवा काही महत्त्वाच्या मुद्द्यांवर चर्चा करतात. सरकारी कार्यालयात इतका पद्धतशीर कारभार भारताने कित्येक वर्षांत पाहिला नसेल. घड्याळाचे काटे जर मागे सरकवता येत नसतील तर आपल्याला आपला वेग वाढवला पाहिजे, हे सूत्र मोदींनी बरोबर बाळगले आणि अमलातही आणले. जो देश सर्वच आघाड्यांवर अडचणींना तोंड देत आहे, त्या देशात सरकारने केवळ काम करणे अपेक्षित नसून ते झटपट करणेही अपेक्षित आहे.

अखंडत्व राखणे

जनता मोदींकडे एक असा कुशल उद्योजक म्हणून पाहते, ज्याने देशातील उत्पादकता आणि कार्यक्षमता यांच्याकडे लक्ष पुरवणारी यंत्रणा उभारण्याचा पायंडा पाडला आहे. कार्यालयातील कोणत्याही मंत्र्याने किंवा अधिकाऱ्याने

पक्षपातीपणा, अकार्यक्षमता आणि कार्यालयीन कामात वैयक्तिक गोष्टी आणू नयेत या बाबतीत मोदी दक्ष आहेत. 'तुमच्या कोणत्याही नातेवाइकाला तुमचा वैयक्तिक सहकारी म्हणून नोकरी देऊ नका,' अशी स्पष्ट सूचना मोदींनी सर्व सहकाऱ्यांना दिली आहे.

मोदी स्वतः तंत्रज्ञानात निपुण असल्याने भ्रष्टाचाराला आळा घालण्यासाठी त्यांनी तांत्रिक यंत्रणा वापरण्याचे ठरवले. त्यानुसार राबवलेली पहिली योजना म्हणजे घरगुती (एलपीजी) गॅसधारकांना सवलतीच्या दरात गॅस सिलिंडर्स पुरवणे. या योजनेप्रमाणे प्रत्येक एलपीजी ग्राहकाला दरवर्षी १४.२ किलोच्या एकूण १२ सिलिंडर्सवर सवलत मिळेल. ग्राहकाने गॅस नोंदवला की त्याच्या बँक खात्यात 'थेट लाभ हस्तांतरण' योजनेनुसार सवलतीची रक्कम आणि बाजारातील रक्कम यामधील फरक जमा केला जाईल अशी तरतूद केली. त्यामुळे जे नेहमीचे ग्राहक आहेत त्यांना कोठेही भ्रष्टाचार न होता ही रक्कम थेट मिळेल. घरगुती गॅसधारकांनाच या योजनेचा लाभ मर्यादित सिलिंडर्ससाठी मिळावा अशी सोय केल्याने सरकारचे कोट्यवधी रुपये वाचले.

अकस्मात कलाटणी देण्याची खासियत

> 'तुम्हाला जे योग्य वाटते तेच करा. तुमच्यासाठी योग्यायोग्य निर्णय घेण्याचा अधिकार इतरांना देऊ नका.'
>
> **–स्टीव्ह मॅराबोली**

वर्षानुवर्षे चुकीच्या पद्धतीने हाताळल्या गेलेल्या गोष्टी आटोक्यात आणणे हे सोपे काम नव्हे. कोलमडलेली अर्थव्यवस्था, वाढती महागाई, भ्रष्ट राज्यकारभार आणि बेरोजगारी अशा समस्यांचा वारसा मोदींना मिळाला आहे.

त्यांच्यावर टीका करणारे म्हणतात– 'गुजरातचा कारभार सांभाळणे वेगळे आणि एक देश चालवणे वेगळे असते!' केंद्रशासनात राहून देशाचा कारभार सांभाळण्याची पहिलीच वेळ असूनही मोदींकडून खूप अपेक्षा केल्या जात आहेत, की ते महागाईला आळा घालतील, रोजगारी वाढवतील, तसेच खासगी व परदेशी गुंतवणूक सुरू करतील.

अशा प्रसंगी दोन प्रकारचे नेतृत्व उपयोगी पडते. पहिली हुकूमशाही पद्धत– ज्यामध्ये नेत्याच्या आदेशाप्रमाणे उपाययोजना राबवल्या जातात, धोरणे लादली जातात, आत्मकेंद्रित व कडक शासनव्यवस्था असते आणि कठोर कारवाईचा बडगा कोणावरही उगारला जाऊ शकतो.

दुसरी पद्धत म्हणजे समोरासमोर खेळी करणे. त्यासाठी लागते हिम्मत आणि कामावर पकड. अशा पद्धतीचे नेतृत्व जे करतात ते कठीण प्रसंगात स्वतःला झोकून देण्याची तयारी दाखवतात. जसा एक सेनापती युद्धाच्या वेळी सैनिकांना आदेश देण्याआधी स्वतः मैदानात उतरतो तसेच हे धडाडीचे नेतृत्व असते. संपूर्ण संघासाठी ते पाठबळ देणारे आणि गौरवप्रद असते. असे नेते सर्वशक्तिमान, सर्वव्यापी असतात आणि असे नेतृत्व कठिण पण प्रेरणादायी आणि सूर्यप्रकाशाइतके लख्ख असते.

नरेंद्र मोदींनी मोठ्या चतुराईने या दोन्ही पद्धतींचा मिलाफ घडवून आणला आहे आणि त्यांचा परिणामकारकरीत्या वापरही केला आहे. त्यांनी केंद्रीभूत निर्णयप्रक्रियेचा अवलंब केला. ही पद्धत कोणत्याही नवनेतृत्वासाठी साह्यभूत ठरत असते. संपूर्ण परिस्थितीचा अभ्यास करण्यासाठी एकूण परिस्थितीचा आढावा घेऊन त्यावर नियंत्रण मिळवण्यासाठी अशी केंद्रीकृत पद्धत खूपच उपयोगी पडते.

पंतप्रधान कार्यालयाचे अधिकार मोदींनी अशा प्रकारे वापरले, की ज्यायोगे मंत्रिमंडळ आणखी जबाबदार व सक्षम होऊन ठरवलेले ध्येय साध्य होईल. सर्वांगीण विकासकामात मुख्यमंत्री हा घटक अतिशय महत्त्वाची भूमिका पार पाडत असतो. देशाचा कारभार केंद्रशासित व्हायला मदत व्हावी, तसेच अनेक गैरव्यवहारांना आळा बसावा यासाठी मोदींनी सर्व राज्यांच्या मुख्यमंत्र्यांना हाताशी धरले. मोदींच्या शासनावर 'अतिनियंत्रित' कारभार म्हणून ज्यांनी टीकेची झोड उठवली आहे, त्यांनी वर्षभरापूर्वीच माजी पंतप्रधान मनमोहनसिंग यांच्यावरही 'अनियंत्रित' कारभाराची टीका केली होती. परंतु जोपर्यंत अपेक्षित परिणाम साध्य होत आहेत तोपर्यंत टीका न करता ज्या त्या नेत्याला आपापली पद्धत ठरवू द्यावी.

आज भारताला अशा नेत्याची गरज आहे, जो जनतेला आणि सरकारी यंत्रणेला खडबडून जागे करेल आणि एकेक काम मार्गी लावेल. तसूभरही वाकण्याचे कष्ट न

घेणाऱ्या या यंत्रणेत बदल करण्यासाठी मोदींनी ज्या तऱ्हेने सर्व गोष्टींवर नियंत्रण मिळवले आहे, त्याहून अधिक परिणामकारक उपाय दुसरा असेल असे मला तरी वाटत नाही.

मुख्य फलित

शेजारील आणि पाश्चिमात्य देशांशी चांगले संबध प्रस्थापित करण्याखेरीज मोदी सरकारने सामान्य जनतेसाठीही ठोस पावले उचलली आहेत. त्यातीलच काही बाबींचा उल्लेख केला आहे. या सगळ्या गोष्टी संपूर्ण साकार व्हायला वेळ लागेल हेही खरे.

१. ६ कोटी छोट्या व्यावसायिकांना चालना देण्यासाठी 'मुद्रा' बँकेची स्थापना केली.
२. शेतीला पाणीपुरवठा व्हावा यासाठी 'पंतप्रधान कृषिसिंचन योजना' राबवली.
३. सर्व सरकारी शाळांमध्ये पुरेशी शौचालये असावीत यासाठी पुढाकार घेतला.
४. 'जन-धन' योजनेअंतर्गत १६ कोटींहून जास्त खाती उघडली.
५. कोळशाच्या लिलावातून तीन लाख कोटींची कमाई झाली.

एकाच वेळी अनेक आघाड्यांवर पंतप्रधान लढत आहेत. काही योजनांचे परिणाम लगेच दिसून येत आहेत, तर काही योजनांचे परिणाम बऱ्याच काळानंतर जाणवतील. त्यांच्यापुढे सर्वांत मोठे आव्हान हे आहे, की सर्व आमदार, खासदार आणि नगरसेवक यांना भ्रष्ट होण्यापासून कसे वाचवायचे? आज जे ध्येय मोदींनी निश्चित केले आहे आणि त्या दिशेने ते वाटचाल करत आहेत, त्या दिशेने या सर्वांना कसे न्यायचे? जी माणसे निष्क्रिय आहेत, 'कसेही केले तरी चालते' अशी ज्यांची धारणा आहे, छोट्याछोट्या गोष्टींसाठीही लाच घ्यायला जे कचरत नाहीत, अशांना वठणीवर आणायचे तरी कसे?- असे एक ना अनेक प्रश्न मोदींसमोर आहेत. प्रत्येक काम पंतप्रधानांनीच कशाला करायला हवे? आपण प्रत्येकाने आपापला वाटा उचलायला काय हरकत आहे? आपली मानसिकता, दृष्टिकोन जर

प्रत्येकाने बदलला, आपल्या घरापासून सुरुवात केली तर काम सोपे होणार नाही का? आपण बदललो तर देश बदलायला किती वेळ लागेल, याचा विचार देशाचा नागरिक म्हणून सर्वांनी करायला हवा.

~

'तुम्ही पूर्वग्रहदूषित असाल तर तुम्ही वास्तव समजू शकत नाही.'

–मार्क ट्वेन

एका कुशल नेत्याकडून आणि वक्त्याकडून आपण काय शिकायचे ?

- **जशी उक्ती तशीच कृती :** भाषण देणे अतिशय सोपे असते, पण त्यातून उचित परिणाम साधणे अत्यंत कठीण असते. आपण दिलेल्या आश्वासनांना मोदी जागले. ते जे बोलले ते त्यांनी आपल्या नेतृत्वातून प्रत्यक्ष करून दाखवले. त्यांनी चांगल्या, परिणामकारक आणि पारदर्शक शासनव्यवस्थेचे आश्वासन दिले. त्यांच्या काम करण्याच्या पद्धतीतून दिसून येतेच, की ते योग्य मार्गावरून अर्थपूर्ण वाटचाल करत आहेत. आपल्या योजना जनसमुदायापुढे मांडणे, एवढेच ध्येय नेत्यापुढे नसते, तर त्या योजना प्रत्यक्षात आणण्यासाठी कशी पावले उचलली गेली पाहिजेत हे आपल्या सहकाऱ्यांपुढे स्पष्ट करणेही तितकेच महत्त्वाचे असते. मोदींनी हेच केले. ध्येय प्राप्त करण्याचा मोदींचा गुरुमंत्र आपल्याला शिकण्यासारखा आहे.
- **काम करा अथवा मरा :** मोदींनी आपल्या सहकाऱ्यांना आणि अधिकाऱ्यांना स्पष्ट सूचना केली, की सर्वांनी सुरुवातीपासूनच सक्षम आणि जबाबदार व्हायला हवे.
- **क्रमवार आखणी केलेली धोरणे :** झटपटनियोजन पद्धतीचा अवलंब करून मोदींनी सर्व योजनांची प्राधान्यक्रमानुसार विभागणी केली आहे आणि त्यानुसार कामाला गती देऊन परराष्ट्र संबंध सुधारले आहेत.
- **निश्चित दृष्टिकोन :** पूर्वापार चालत आलेल्या प्रचलित मार्गांचा अवलंब करण्यापेक्षा मुळापासून समस्या निवारण करण्याचा बिकट मार्ग त्यांनी पत्करला आहे.
- **आदर्श नेतृत्व संघटनेला नैतिक बळ देते :** ध्येयाचा पाठपुरावा कसा करावा हे मोदींनी आपल्या वर्तणुकीतून दाखवून दिले आहे. वेळ पाळणारा, मुद्द्यांचे बोलणारा, वायफळ गप्पा न करणारा, दक्ष आणि मेहनती नेता म्हणून मोदींचे उदाहरण सर्व सहकाऱ्यांसमोर आहे.

- **अखंडत्व, जबाबदारी आणि पारदर्शकता : नेतृत्वाच्या उत्कृष्टतेचे लक्षण** : मोदींनी आपल्या संवादातून स्पष्ट केले आहे, की सर्व अधिकाऱ्यांनी या तिन्ही गोष्टींनुसार काम करणे अपेक्षित आहे.
- **नेतृत्वाची एकमेवाद्वितीय पद्धत :** जवळपास सर्वच नेते सत्तेवर आल्यानंतर आपण कायकाय कामे करणार याकडे लक्ष देतात; पण फार थोडे नेते असे असतात, की आपल्या योजनांबाबतची आपली भूमिका स्पष्ट मांडतात. देशात असो वा परदेशात, मोदींनी आपल्या सर्वच भाषणांमधून आपली तत्त्वे आणि कार्यपद्धती व्यवस्थित मांडली आहे आणि त्यांच्या दैनंदिनीतून त्यांनी ते दाखवूनही दिले आहे.

***

२

शिस्तप्रिय सेनानी

स्वयंशिस्त, अध्यात्म आणि साधेपणा

'संपत्ती, यश, प्रसिद्धी आणि ऐषआराम या गोष्टी माझ्यासाठी नेहमीच तिरस्करणीय राह्यल्या आहेत. माणसाचे मन आणि शरीरासाठी साधी व विनयशील राहणी हीच सर्वोत्तम असल्याचा माझा विश्वास आहे.'

–अल्बर्ट आईन्स्टाईन

साधी व शिस्तशीर राहणी

वयाच्या आठव्या वर्षापासून राष्ट्रीय स्वयंसेवक संघात राहिल्याने मोदींवर शिस्त व नियोजनाचे संस्कार झाले. मोदींची देशभक्ती, कार्यक्षमता आणि कष्टाळू स्वभाव हे गुण त्या संस्कारांमधूनच आलेले आहेत. 'साधी राहणी, उच्च विचारसरणी' या तत्त्वाचे बाळकडू त्यांना घरातच मिळाले.

गुजरातच्या मुख्यमंत्रिपदी ऑक्टोबर २००१ला विराजमान होणे, हे त्यांचे राजकीय नियुक्तीच्या दृष्टीने दमदार पहिले पाऊल होते. सलग चार वेळा मुख्यमंत्री होऊनही त्यांचे राहणीमान साधेच राहिले. भाजपकडून पंतप्रधानपदाचे उमेदवार म्हणून मोदींच्या नावाची घोषणा आली तेव्हा एशियन न्यूज इन्टरनॅशनलच्या संपादिका स्मिता प्रकाश यांनी त्यांची मुलाखत घेतली.

त्या वेळी मोदींच्या साध्या-सरळ आणि निरभिमानी वृत्तीचा प्रत्यय त्यांना आला. मोदींची बैठकीची खोली अतिशय नीटनेटकी आणि साधी होती. कोणत्याही

महागड्या शोभेच्या वस्तूंचा स्पर्श त्या खोलीला झालेला नव्हता हे पाहून त्या आश्चर्यचकित झाल्या. त्या खोलीत दोन साध्या खुर्च्या, विवेकानंदांचा एक पुतळा आणि कुंड्यांमध्ये लावलेली काही झाडे एवढ्याच गोष्टी होत्या. या आधीही स्मिता यांनी इतर काही सत्ताधाऱ्यांच्या मुलाखती घेतल्या होत्या. त्यांची घरे चकचकीत फरश्यांनी आणि आलिशान सजावटींनी भरलेली होती. मोदी जेव्हा मुलाखतीसाठी खोलीत आले, तेव्हा त्यांच्या मागे त्यांचे 'चमचे' नव्हते की कोणी नोकरचाकर नव्हते, ना दार उघडणारा दरबान होता. त्यांनी मुलाखतीसाठी कुठल्याही अटी घातल्या नव्हत्या. स्वतःच्या व्यापांमधून वेळ काढून मोदींनी ७० मिनिटे मुलाखत दिली. इतर राजकारण्यांप्रमाणे आपण किती कामात आहोत, आपल्याकडे वेळ किती कमी आहे याचे त्यांनी प्रदर्शन केले नाही की मुलाखत उरकती घेतली नाही. मुलाखत छापताना स्मिता यांनी शेवटी असा उल्लेख केला होता, 'मोदी जर पंतप्रधान झाले, तर ज्या पद्धतीने ते राहत आहेत त्या तऱ्हेने ७ रेसकोर्स रोडचे म्हणजे पंतप्रधानांच्या अधिकृत निवासस्थानाचे रूपांतर एखाद्या आश्रमात व्हायला वेळ लागणार नाही!'[१]

पंतप्रधान झाल्यावरही मोदींनी कधीच आपल्याभोवती हाजी व हुजरेगिरी करणाऱ्यांचा गराडा असेल अशी अपेक्षा ठेवली नाही. परदेशी पाहुण्यांना दिलेल्या मेजवान्यांमध्येही बहुतकरून शाकाहारी पदार्थांचा समावेश असतो. ते स्वतःही जेव्हा परदेशवारी करतात तेव्हा शाकाहारी भोजनच घेतात. त्यांच्या खासगी विमानातही दारू आणि मांसाहार कोणालाच पुरवला जात नाही. मे २०१५मध्ये ते चीनच्या दौऱ्यावर गेले असताना चीनचे अध्यक्ष शी-जिनपिंग यांनी संपूर्ण शाकाहारी भोजनाची व्यवस्था केली होती. बराक ओबामांनी जेव्हा मोदींना 'व्हाइट हाऊस'वर रात्रीच्या जेवणाचे निमंत्रण दिले होते तेव्हाही मोदींनी नवरात्रीचा उपास मोडला नाही.

असे पहिल्यांदाच घडले असेल, की पंतप्रधानांनी काही गोष्टींचा आग्रह जगभर धरला आहे आणि त्यांना सगळीकडून उत्तम प्रतिसाद मिळतोय. खादी पोशाख

[१]http://www.rediff.com/news/special/is-election-smita-prakash-meeting-modi-spartan-surroundings-no-fuss-all-business/ 20140421.htm
या लिंकवर ही संपूर्ण मुलाखत उपलब्ध आहे.

आणि गांधी टोपी घालणे ही एक गोष्ट झाली आणि स्वतःसाठी काही नियम करून ती परंपरा आयुष्यभर जतन करणे ही वेगळी गोष्ट झाली. यामुळे सगळ्या जगात, खासकरून परदेशांत राहण्याऱ्या भारतीयांच्या मनात त्यांच्याबद्दलचा आदर द्विगुणित झाला आहे.

लवकर निजे, लवकर उठे तया ज्ञान आरोग्यसंपत्ती भेटे

६५ वर्षांचे मोदी, आपल्या मंत्रिमंडळातील वयोवृद्ध सदस्यांपैकी एक गणले जातात. रात्री ते फक्त पाच तास झोप घेतात आणि झोपायला कितीही वाजले तरी पहाटे पाच वाजता ते न चुकता उठतात. एक कप चहाने त्यांचा दिवस सुरू होतो. नंतर ते योगासने व प्राणायाम करतात.

सकाळी नऊ वाजता कार्यालयात बैठक घेण्यापूर्वी ते हलकी न्याहारी आणि फलाहार घेतात. दिवसाच्या कामाची सुरुवात करण्याआधी ते पंतप्रधान कार्यालयाच्या संकेतस्थळावर जाऊन आदल्या दिवशीच्या बाबींचा, आवश्यक त्या घडामोडींचा आढावा घेतात.

राष्ट्रीय आणि आंतरराष्ट्रीय घडामोडींची माहिती अद्ययावत ठेवणे याकडे त्यांचा कटाक्ष असल्याने त्यांच्या समोर ठेवलेल्या कागदपत्रांवर आणि वृत्तपत्रांवर ते भराभर नजर फिरवून घेतात. रात्रीचे जेवण घेताना ते टीव्हीवरील वृत्तवाहिन्या आणि वेळ मिळेल तेव्हा वादविवादांचे कार्यक्रम आवर्जून पाहतात.

अत्यंत व्यवहारी आणि गरजेपेक्षा एक पैही खर्च न करणारा माणूस म्हणून त्यांची ख्याती आहे. गुजरातचे मुख्यमंत्री असताना राज्यात जे काही प्रकल्प झाले त्यातील कंत्राटदारांशी मोदींचा व्यवहार किती काटेकोर होता हे सर्वश्रुत आहे.

स्वच्छ, टापटीप

मोदी हे स्वच्छतेचे भोक्ते आहेत. त्यांना आपले घर, कार्यालय आणि आजूबाजूचा परिसर अतिशय स्वच्छ लागतो. आपला परिसर स्वच्छ ठेवण्यासाठी ते सर्व कर्मचाऱ्यांना कामाला लावतात आणि बरीच कामे ते स्वतःही करतात. आपली कपाटे आणि कामाची जागा ते स्वतः अतिशय स्वच्छ आणि नीटनेटकी ठेवतात.

लहानपणी आपल्या कपड्यांना इस्त्री करण्यासाठी त्यांनी नामी युक्ती शोधली होती. त्या काळी घरात वीज नसायची. तेव्हा, एका पितळी भांड्यात उकळते पाणी भरून ते कपड्यांना इस्त्री करत, पण त्यांनी व्यवस्थितपणा सोडला नाही.

संगीत, वाचन आणि प्राणी यांबद्दलचे प्रेम

संगीत आणि ताल हे मोदींच्या रक्तातच भिनले आहेत. जपानच्या दौऱ्यावर असताना टोकिओच्या टेक्नॉलॉजी अॅन्ड कल्चर अॅकेडमीतर्फे आयोजित केलेल्या एका जलशात मोदींनी एकट्याने तायको ड्रम वाजवून दाखवला होता. मंगोलियाचे राष्ट्रपती त्साखिआजिन एल्बेग्डोर्ज यांना भेटायला गेले असताना मोदींनी मंगोलियन वाद्य वाजवले. त्यानंतर त्यांनी 'युचिन' नावाचे तंतुवाद्यही वाजवले होते.

मोदींना प्राण्यांचाही लळा आहे. प्राण्यांचा सांभाळ करणे, त्यांची काळजी घेणे यासाठी ते प्रयत्नशील असतात. गुजरातचे मुख्यमंत्री असताना त्यांनी प्राण्यांसाठी आरोग्यकेंद्रांची सोय करताना सरकारी व्यवस्थेतून पशुपालनाचे उपक्रमही सुरू केले होते. या उपक्रमांमध्ये प्राण्यांच्या दातांवर आणि हाडांच्या रोगांवर उपचार केले जातात. प्राण्यांसाठी पशुशाळा ही संकल्पनाही त्यांनी उचलून धरली आहे. अकार्डा गावात मोदींनी प्राण्यांची पहिली पशुशाळा सुरू केली, ज्यात १,१०० हून जास्त गायींना आश्रय मिळाला आहे. या योजनेमुळे गायींना जागा तर मिळालीच, पण रस्त्यांवर पडणारे शेणही बंद झाले. आता त्या पशुशाळेत सगळे शेण एकत्र करून बायोगॅसची निर्मिती केली जाते.

वाचन करायला फारसा वेळ त्यांना मिळत नाही; पण लहानपणापासून पुस्तके वाचायची आवड असल्यामुळे ते स्वतःला आवडणारी पुस्तके मागवत असतात आणि विमानप्रवासात ती वाचून काढतात.

आध्यात्मिक बैठक

नरेंद्र मोदी हे अतिशय आध्यात्मिक आणि धार्मिक आहेत. सर्व धर्मांमध्ये ईश्वराची संकल्पना ब्रह्मांड निर्माण करणारी आणि आपली भाग्यरेषा निश्चित करणारी एक सार्वभौम शक्ती अशी आहे. आध्यात्मिक संकल्पना याहून खोलवर जाते आणि ती

काहीशी व्यक्तिसापेक्ष असते. जाणिवेकडून नेणिवेकडे नेणारा माणसाच्या अंतर्मनातील प्रवास म्हणजे अध्यात्म. जीवनाच्या अर्थाकडे आणि सत्याकडे नेणारा प्रवास म्हणजे अध्यात्म. स्वतःला स्वतःशी आणि इतरांशी जोडणारे तत्त्व म्हणजे अध्यात्म. तशा अर्थाने मोदी हे जितके धार्मिक आहेत त्यापेक्षा जास्त आध्यात्मिक आहेत. ते अस्सल कर्मयोगी आहेत. एकत्र काम करण्यावर त्यांचा विश्वास आहे. त्यांचे देशावर आणि देशबांधवांवर प्रेम आहे, तसेच आपल्या जीवनसाध्याची त्यांना जाणीव आहे.

धर्म आणि अध्यात्माची ते सुरेख सांगड घालतात. वर्षातून दोनदा ते नऊ दिवस नवरात्रीचा उपास धरतात; पण या गोष्टीकडे केवळ एक रूढी किंवा उपचार म्हणून न पाहता 'आत्मशुद्धीचा मार्ग' म्हणून ते पाहतात. या उपवासांमुळे त्यांना ऊर्जा, सहनशक्ती तर मिळतेच, पण त्यांची इच्छाशक्तीही प्रबळ होते. नऊ दिवस ते केवळ फलाहार आणि लिंबू-पाणी एवढेच घेतात. गेली ४० वर्षे त्यांचा हा नेम असाच चालू आहे आणि त्यात काडीमात्र बदल झालेला नाही. मग त्यांना व्हाइट हाऊसमध्ये आमंत्रण असो किंवा अमेरिकन सीईओज्‌बरोबर मीटिंग असो, त्यांचा उपवास ते चुकवत नाहीत. उलट, त्यांच्या बैठका, भाषणे ते ठरल्याप्रमाणे पार पाडतात. एकाही कार्यक्रमात बदल होत नाही. प्राचीन भारतीय संस्कृतीत जे नियम सांगितले आहेत त्याप्रमाणे प्रत्येक भारतीय जर स्वतःचे आचरण ठेवेल तरच देशाची प्रगती होईल असे ते मानतात. श्री श्री रविशंकर, माता अमृतानंदमयी अशा इतर आध्यात्मिक व्यक्तींशी त्यांचे चांगले संबध आहेत. लवकरच भारत एक महासत्ता बनेल आणि जगावर राज्य करेल, कारण त्याची मुळे आपल्या प्राचीन संस्कारांमध्ये दडलेली आहेत, असा त्यांचा ठाम विश्वास आहे

मोदी आणि योग

वर्षातले ३०० दिवस तरी मोदींचा योगाभ्यास चालू असतो. तुम्ही किती व्यायाम करता त्यापेक्षा तो नियमित करण्याला महत्त्व आहे. व्यायाम करताना ते योगासनांबरोबरच प्राणायाम आणि ध्यानधारणाही करतात.

गेल्या १५ वर्षांत दूरचित्रवाहिनीवर योगसाधनेला प्रचंड लोकप्रियता मिळाली आहे. योगाभ्यासाचे महत्त्व वाढवण्यात रामदेवबाबांचे मोठे योगदान आहे.

इलेक्ट्रॉनिक माध्यमांच्या आधारे केवळ भारतातच नव्हे तर परदेशांतही योगप्रसार झाला आहे. प्रत्येक भारतीयाला अभिमान वाटावा अशी एक गोष्ट भारताने जगाला दिली आहे आणि ती म्हणजे योगसाधना!

संयुक्त राष्ट्रांच्या आमसभेत भाषण करताना मोदींनी जागतिक नेत्यांना योगाभ्यासाचे महत्त्व पटवून दिले. वर्षातला एक दिवस 'जागतिक योगदिन' म्हणून साजरा व्हावा अशी मागणीही त्यांनी केली. त्यांच्या या मागणीचा स्वीकार करून २१ जून हा दिवस 'जागतिक योगदिवस' म्हणून घोषित करण्यात आला. हा दिवस मोदींच्या कल्पनेतून साकारलेला अभिनव विचार म्हणून कायमच स्मरणात राहील.

> "आपल्याला आपले राहणीमान बदलले पाहिजे. आम्हा भारतीयांसाठी आध्यात्मिक जीवनातील सर्वांत महत्त्वाचा भाग म्हणजे निसर्गाशी तादात्म्य साधून राहणे. आमच्या संकृतीचा ठेवा आम्ही पवित्र मानतो. भारताच्या प्राचीन परंपरेने आम्हाला योगाभ्यासाचे वरदान दिले आहे. योगसाधना म्हणजे शरीर व मनाचा संगम, विचार आणि कृतीचा संयोग, अल्पसंतुष्ट राहण्याचा मार्ग, मनुष्य व निसर्गातील दुवा, तसेच आरोग्य आणि मनःशक्ती निर्मळ ठेवण्याचा मार्ग आहे. योगाभ्यास हा केवळ व्यायाम नव्हे; तर आत्म्याचा परमात्म्याशी, विश्वाशी, निसर्गाशी संवाद आहे. आपण सर्वांनी 'जागतिक योगदिवसाचा' पुरस्कार करावा." मोदींच्या या आवाहनाला १७७ देशांनी पाठिंबा दिला.

~

'सुलभ आयुष्य जगा. तुमच्यातल्या परमात्म्याला जोपासले नाही
तर तुमचा आत्माही खंगत जाईल.'

—स्टीव्ह मॅराबोली

एका कुशल नेत्याकडून आणि वक्त्याकडून आपण काय शिकायचे ?

- **साधी राहणी :** असे बरेच महान नेते होऊन गेले, ज्यांचे राहणीमान अतिशय साधे होते, तरीही जनतेवर त्यांचा प्रभाव राहिला. मोदींनाही टापटीप राहण्याची आवड असली तरीही अतिशय काटकसरीने राहणे ते पसंत करतात.
- **आध्यात्मिक आणि पापभीरू वृत्ती :** जी माणसे आध्यात्मिक आणि पापभीरू वृत्तीची असतात त्यांचा जनमानसावर दीर्घकाळ प्रभाव राहतो. मोदी आपल्या आयुष्यात आणि कामात जितके काटेकोर आहेत तितकेच आध्यात्मिक आचरणातही ते काटेकोर आहेत. न चुकता उपवास करूनही त्या दिवसात आपल्या कामात खंड पडू देत नाहीत.
- **आपल्या संस्कृती आणि परंपरांचा अभिमान बाळगणे :** मोदी जनतेला सांगतात, की आपण आपल्या संस्कृतीचा व परंपरांचा अभिमान बाळगावा. कारण ते स्वतःही परंपराप्रिय आहेत आणि ते सर्व गोष्टींचे श्रद्धेने पालन करतात.
- **आपल्यातली कला आणि वाचनसंकृती आपले व्यक्तिमत्त्व घडवते :** मोदी संगीतप्रेमी आहेत. मनोरंजन आणि विरंगुळा म्हणूनही ते बऱ्याचदा विविध वाद्ये वाजवतात. वाचनाचीही त्यांना आवड आहे. पुस्तके त्यांना ज्ञान देतात, त्यांची जिज्ञासा पुरी करतात; तर संगीत त्यांच्या मनाला स्वस्थता देते, काम करायला ऊर्जा देते.
- **प्रभावी व्यवस्थापक व नेते उत्तम नियोजक असतात :** त्यांची राहणी नीटनेटकी असते आणि पोषाखही व्यवस्थित असतो. नरेंद्र मोदी यांचा पोषाख व्यवस्थित, स्वच्छ आणि प्रसंगोचित असतो. ते बोलायला उभे राहिले की कायम ताजेतवाने आणि शांत असतात.

- **निरोगी आणि धडधाकट असणे सर्वांनाच हितकर असते :** प्रत्येकानेच व्यायामासाठी दिवसातला ठराविक वेळ दिला पाहिजे. शरीर निरोगी ठेवायचे असेल तर दररोज पुरेसा व्यायाम केलाच पाहिजे. कामाचा व्याप असतानाही मोदी वेळ काढून योगासने व प्राणायाम करतात.

- **चांगला वक्ता होण्यासाठी जगातील चालू घडामोडींचा परामर्श घ्यायलाच हवा :** दररोज ठराविक वेळी रेडिओ किंवा टीव्हीवर बातम्या ऐकणे, वर्तमानपत्रे वाचणे या गोष्टी खूप आवश्यक आहेत. जसा वेळ मिळेल तसे मोदी वर्तमानपत्रे वाचून काढतात, टीव्हीवर बातम्या पाहतात आणि जगभरात कायकाय चालू आहे याचा आढावा घेतात.

***

३

जसा श्रोता तसे भाषण

अंतःकरणापासूनचे बोलणे

'संभाषणातले डावपेच ठाऊक नसलेल्या श्रोत्यांच्या मनातल्या तारा छेडायच्या असतील, त्यांची मानसिकता बदलायची असेल; इतकंच नव्हे, तर त्यांना भावनिक साद घालायची असेल तर मनोवेधक भाषणाइतका दुसरा प्रभावी मार्ग नाही.'

–मार्क ट्वेन

श्रोता कोण आहे? तुम्ही कोणाशी संवाद साधत आहात? उत्तम संवादकौशल्यासाठी ही गोष्ट समजणे अतिशय महत्त्वाचे आहे. श्रोत्यांचा अंदाज घेऊन आपल्या भाषणात बदल करणे यातच खरी मेख आहे. वेळ काय आहे, प्रसंग कोणता आहे, श्रोत्यांच्या भावना कशा आहेत हे एकदा लक्षात आले की श्रोत्यांना नक्की काय ऐकायचे आहे हे वक्त्याला बरोबर समजते. एक कुशल वक्ता जनतेच्या भावनांचा ओघ जाणून त्यात स्वतःला झोकू शकतो, आपले बोलणे जनतेच्या हृदयापर्यंत पोहोचवू शकतो. समजा, तुम्ही एखाद्या सीईओशी अथवा व्यावसायिक परिषदेत वरिष्ठांशी चर्चा करत असाल, तर तुम्ही कसे बोलाल? तुमचे सर्व बोलणे मुद्द्यांना धरून, सोदाहरण, विषयानुरूप असेल. तुम्ही जे मुद्दे मांडताय त्यातून तुमच्या वरिष्ठांनी नेमका भाग उचलून ठराविक निर्णयाप्रत येणे अपेक्षित असते. तसेच तुम्हालाही त्या चर्चेचा हेतू, त्या वेळची परिस्थिती आणि अंतिम साध्य या सगळ्या गोष्टी लक्षात घ्याव्या लागतात.

मंदीचा काळ असताना तुम्ही एका व्यावसायिक परिषदेत भाषण करत असाल तर तुमचा आवाज, तुमच्या बोलण्यातली ढब, तुम्ही दिलेले आवश्यक ते सल्ले, तुमच्या बोलण्याचा रोख हे सगळे त्या वेळच्या परिस्थितीला अनुसरून असेल. याउलट, जर सुगीचा काळ असेल, किंवा एखादा विजयोत्सव साजरा होत असेल आणि तिथे तुम्हाला भाषण करायचे असेल तर तुमची संवादाची पद्धत पूर्णपणे वेगळी असेल. सध्या परिस्थिती काय आहे, कोणत्या अडचणी आहेत, महत्त्वाचे मुद्दे काय आहेत, या सगळ्या गोष्टींचा आढावा एक उत्तम वक्ता घेऊ शकतो. श्रोत्यांची वैचारिक पातळी व प्रसंगाचे गांभीर्य ओळखून तो भाषण करू शकतो.

एखादी विज्ञान परिषद असेल तर भाषण कसे असेल? एखादी तंत्रज्ञानविषयक परिषद असेल तर भाषण कसे असेल? श्रोते एकाच बौद्धिक स्तरावरचे असले तरी ही दोन्ही क्षेत्रे वेगळी आहेत, त्यामुळे दोन्हीकडील भाषणांचे विषयच वेगळे असतील. त्यातही तुम्ही हेच विषय एखाद्या महाविद्यालयातील विद्यार्थ्यांसमोर मांडत असाल तर तुमचे भाषण आणखी वेगळे आणि बरेचसे अनौपचारिक असेल. आणि जर हेच भाषण शालेय विद्यार्थ्यांसमोर करायचे झाले तर तुमची संवादाची भाषा संपूर्ण अनौपचारिक असेल. अनेक प्रसंग रंगवत, हलक्याफुलक्या शब्दांनी, खेळीमेळीने भाषण केले जाईल. तुमची देहबोली, हावभाव, आवाजातील चढ-उतार, शब्दांचा वेग या सगळ्याच गोष्टी श्रोतृवर्गाप्रमाणे आणि विषयाप्रमाणे बदलत जातील.

एखादा सरडा ज्याप्रमाणे सभोवतालच्या परिसरानुरूप स्वतःचे रंग बदलतो, किंवा एखादा अभिनेता कथेनुसार आणि भूमिकेनुसार स्वतःचे आविर्भाव बदलत जातो, त्याप्रमाणे एक कुशल वक्ता परिस्थितीनुसार आणि श्रोत्यांनुसार आपली भाषाशैली लीलया बदलत जातो.

काळावर स्वार होणारे नरेंद्र मोदी

श्रोत्यांच्या हृदयाचा ठाव घेण्याची कला मोदींना अवगत आहे. त्यांच्या सच्चेपणाचे लोकांच्या मनावर गारूड तयार होते. ते खूप मनापासून आणि जे मनात आहे तेच बोलतात, म्हणूनच ते लोकांची मने जिंकू शकतात. वातावरण कसे

आहे, लोकांच्या भावना काय आहेत, त्यांच्या अपेक्षा काय आहेत, मुख्य म्हणजे त्यांना काय हवे आहे हे मोदींना चांगलेच समजते. लोकांच्या वेदना, सुखदुःखे, आशा-आकांक्षा त्यांना जाणवतात. ही कला सहजसाध्य नाही. कोणत्याही व्यवसायात किंवा शिक्षणसंस्थेत ती शिकवली जात नाही. ती आत्मसात होते केवळ सातत्याने केलेल्या निरीक्षणामुळे. या कलेचे अस्त्र खांद्यावर घेऊन तत्क्षणी मोदी भाषणाला उभे राहतात.

एखादा शिंपी कापड जसे मापात शिवतो, तसेच मोदीही जनतेला मानवेल असे भाषण करतात. आशा ही बुद्धीशी निगडित नसते, तिचे नाते हृदयाशी असते. ते आज राजकारणात ज्या स्थानी आहेत त्यामागे त्यांचे असामान्य संभाषणकौशल्य आहे. आंतरराष्ट्रीय घटनांशी बरोबरी करू शकणारी महासत्ता म्हणून भारताला एका उंचीवर नेण्याचे श्रेयही मोदींच्या वाक्चातुर्यालाच जाते. आज शाळकरी मुलांपासून मोठमोठ्या सीईओज्‌पर्यंत तसेच सर्वसामान्य माणसांपर्यंत सर्वजण मोदींकडे एक प्रतिभाशाली, जादुई आणि भारदस्त व्यक्तिमत्त्व म्हणून पाहतात. त्यांची वक्तृत्वशैली जोमदार आणि उत्स्फूर्त आहे.

आपली भूमिका, आपल्या योजना आणि संकल्पना जनतेसमोर मांडून, जनतेचा विश्वास संपादन करायचा आणि आपल्या शब्दांमधून त्यांना वेगळ्याच उंचीवर न्यायचे या कलेवर मोदींनी प्रभुत्व मिळवले आहे.

पंतप्रधानपदी निवडून येण्यासाठी त्यांनी ज्या प्रचारसभा घेतल्या, त्यात त्यांनी आपल्या भाषणाची वस्तुनिष्ठतेशी, प्रतिभेची व्यक्तित्त्वाशी आणि उत्साहाची ऊर्जेशी सुरेख सांगड घातली होती. देशात उत्क्रांती आणण्याचे ध्येय समोर ठेवून सर्वांच्या प्रगतीसाठी, समृद्धीसाठी मोदींनी तरुणांपासून वृद्धांपर्यंत सर्वांना एकत्र आणले, सर्वांची मते मिळवली. देशातील काना-कोपऱ्यात राहणाऱ्या, विविध भाषा बोलणाऱ्या आणि विविध जाती-धर्मांच्या लोकांना त्यांनी एका छताखाली आणले. मोठ्या चलाखीने आणि हुशारीने त्यांनी एका प्रचारसभेचे रूपांतर एका राष्ट्रीय चळवळीत केले. एका जनआंदोलनाचे परिवर्तन एका विकास आंदोलनात झाले- 'सबका साथ, सबका विकास!'

व्यासपीठावरचे मोदी

भारताचे पंतप्रधान म्हणून सत्तेवर आल्यानंतरही मोदींनी प्रचारमोहिमा थांबवल्या नाहीत, उलट त्यांना आणखी चालना दिली. हात-पाय गाळून बसलेल्या, निराश झालेल्या भारतीयांसाठी हेच आवश्यक होते. अनेक ठिकाणी भाषण करताना ते म्हणाले, ''बहुतेकांना वाटत आहे की काहीच बदलणार नाही. काहींना असेही वाटत असेल की भारतात जन्म घेणे हे आपले दुर्भाग्य आहे. म्हणूनच तुमच्यापैकी कित्येकजण हा देश सोडून परदेशी स्थायिक होत आहेत. काळजी करू नका, हे चित्र बदलेल. अब अच्छे दिन आयेंगे!''

त्यांनी सर्वांच्या मनात आशा जागवल्या. 'आम्हाला अभिमान वाटतो, की आम्हाला असा पंतप्रधान लाभला आहे, जो पंतप्रधानाप्रमाणे बोलतो आणि वागतो,' असे काहीजण म्हणाले, तर काही म्हणाले, 'हा माणूस काही तरी मोठे करून दाखवेल, भारताचा कायापालट करून दाखवेल.' भारतीय राजकारणात अशा योग्यतेचा संवादपटू आजवर झाला नाही.

नरेंद्र मोदी स्पष्टपणे, समरस होऊन अतिशय आत्मविश्वासाने बोलतात. आपले भाषण जास्तीत जास्त प्रभावी व्हावे यासाठी आपला आवाज, दमसास आणि ढब बदलण्याची कला त्यांच्यामध्ये आहे. ते आपले हावभाव बदलून कधी अतिशय गंभीर होतात तर कधी झटक्यात हसू आणतात.

भाषण करताना मोदी दोन्ही हातांनी उच्चपीठ पकडतात, जणू त्यांनी संपूर्ण व्यासपीठाचा ताबा घेतला आहे. त्यांची नजर डावीकडून उजवीकडे सर्व श्रोत्यांवर आलटून-पालटून फिरत असते. त्या नजरेत एक प्रकारचा भारदस्तपणा आणि आश्वासनही असते. ते नेहमीच आत्मविश्वासाने बोलतात, आणि विशेषतः संसदीय अधिवेशनात कितीही गदारोळ माजला तरी त्यांचा संयम ढळत नाही. ते अतिशय शांत असतात. मोदी बोलत असताना त्यांचे हातवारे बघण्यासारखे असतात. एखादा महत्त्वाचा मुद्दा अगदी वेदवाणीप्रमाणे सिद्ध करायचा असेल तर तो मुद्दा पूर्ण होईपर्यंत त्यांची तर्जनी वर उंचावलेली असते.

भाषण करताना त्यांच्या बोटांची विशिष्ट हालचाल त्यांचा सच्चेपणा, मुद्द्यांचे

महत्त्व आणि अचूकपणा आणखी ठळक करते. आपला अधिकार आणि सामर्थ्य दाखवायचे असेल तर कधी तरी त्यांची मूठ उंचावली जाते.

एखादी गोष्ट गांभीर्याने आणि धोरणीपणाने मांडायची असेल तर ते आपल्या हातांचे तळवे मनगटाभोवती फिरवत बोलतात आणि त्यांच्या चेहऱ्यावर आश्चर्य पसरलेले असते. जेव्हा ते सर्वांगीण विकासाबाबत बोलत असतात तेव्हा जणू आलिंगन देत असावेत त्याप्रमाणे त्यांचे बाहू पसरतात. कधी कधी आपली उद्दिष्टे आणि सफलता जनतेसमोर ठामपणे मांडताना ते छाती ठोकून बोलतात. त्यांच्या या सगळ्या लकबींमुळे ते श्रोत्यांच्या अधिक जवळ पोहोचतात आणि त्यांचे बोलणे हे सार्वजनिक भाषण न वाटता एकमेकांशी केलेले हितगुज वाटू लागते.

सर्वांत महत्त्वाची गोष्ट म्हणजे मोदींचे भाषण हे घोकल्यासारखे वाटत नाही. कारण असे हातवारे, अशी देहबोली, प्रत्येक भाषणाला बदलत जाणाऱ्या लकबी अशा घोकून तयार करता येत नाहीत. त्यासाठी कमालीची उत्स्फूर्तता लागते. त्या त्या भाषणाशी तादात्म्य साधणारे आविर्भाव प्रकट करण्याचे सामर्थ्य मोदींजवळ आहे. जेव्हा जेव्हा ते बोलायला उभे राहतात तेव्हा तेव्हा श्रोत्यांच्या मनात ही उत्सुकता निर्माण होते, की 'आता ही व्यक्ती काय बोलणार आहे?' आणि त्यांच्या आविर्भावातून ते काय बोलणार याचा अंदाज सगळे बांधायला लागतात.

मोदींचे भाषण अतिशय उत्स्फूर्त वाटते. ती एक दैवी देणगीच आहे. अर्थात वारंवार सराव करूनही हे साध्य होऊ शकते.

मोदी एखाद्या निष्णात विमानचालकासारखे आहेत. विमानचालक जेवढ्या जास्त वेळा विमान चालवतो तेवढे त्याचे कौशल्य वाढते. मग कितीही वेळा विमान उडले, उतरले, अगदी खराब हवामान असले तरीही तो अतिशय व्यवस्थितपणे विमान चालवू शकतो. अखेरीस आकाशात उड्डाण करायचे म्हणजे तुम्हाला उंचीचे भय वाटून चालत नाही, स्वतःवर नियंत्रण असावे लागते. मोदीही असेच आहेत.

भाषण करताना मोदी अडखळले आहेत, बोलायला शब्द सुचले नाहीत, असे कधीच घडले नाही. ते न चुकता, मध्ये मध्ये न थांबता संलग्नतेने बोलतात. पुढे येणारा प्रत्येक मुद्दा हा आधीच्या मुद्द्याचे बोट धरूनच येतो. एखाद्याने एकेक मणी

गुंफत माळ करावी तसे मोदी शब्दांची गुंफण करत भाषण करतात.

उत्कृष्ट वक्तृत्वकलेचा हा परमोच्च बिंदू आहे. लहान मुले, तरुण पिढी, शास्त्रज्ञ, सैनिक किंवा मोठमोठे मुत्सद्दी असोत; सर्वांच्या मनाचा ठाव घेणे मोदींना साधते.

सत्तेवर आल्यापासून मोदींनी देशात आणि परदेशांत लाखोंसमोर भाषणे केली आहेत. त्यांनी संसदेत भाषण केले आहे, २१ एप्रिल २०१५ला नागरी सेवा दिनाच्या दिवशी भाषण केले आहे, शिक्षकदिनानिमित्त भारतभरच्या विद्यार्थ्यांशी संवाद साधला आहे; तसेच अमेरिका, चीन, कॅनडा, फ्रान्स, ऑस्ट्रेलिया व इतर अनेक देशांत राहणाऱ्या भारतीयांशी संवाद साधला आहे. सगळीकडे त्याच उत्साहाने आणि सहजतेने त्यांनी भाषणे केली आहेत. भाजपची कार्यशाळा असो किंवा विधानसभेच्या परिषदा किंवा प्रचारसभा असोत, मोदींनी तितक्याच कौशल्याने भाषणे केली आहेत.

कोठेही भाषण करताना त्यांचा हेतू स्पष्ट असतो, विषयाची मांडणी मुद्देसूद असते आणि संवादाची शैली प्रसंगानुरूप असते. युनेस्को, दिल्ली विद्यापीठ, बीजिंगचे शिंगुआ विद्यापीठ किंवा शांघायचे फुदान विद्यापीठ या सर्व ठिकाणी भाषण देताना मोदींनी श्रोत्यांना मंत्रमुग्ध करून टाकले आहे. इस्रोसारख्या संस्थेतील श्रोत्यांसमोर त्यांनी केलेले प्रभावी भाषण, इकॉनॉमिक टाइम्सच्या परिसंवादात सर्व श्रेष्ठींसमोर मोदींनी मांडलेल्या योजना, इंडियन सायन्स काँग्रेसमध्ये केलेले भाषण ही सर्व भाषणे उत्कृष्ट वक्तृत्वकौशल्याचा नमुना होती. त्यांतीलच काही ठळक उतारे पाहून त्यांचा अभ्यास करणे उद्बोधक ठरेल.

लोकसभेत केलेले पहिले भाषण

लोकसभेत मोदींनी आपले पहिले भाषण ज्या पद्धतीने केले त्यांतून त्यांच्या विनयशीलतेचा प्रत्यय आला. ते म्हणाले, ‘‘इतक्या भव्य श्रोतृवर्गासमोर माझे पहिलेच भाषण आहे. तुमच्यापैकी कितीतरी जणांना ३०-४० वर्षांचा अनुभव आहे. त्यामागे खूप मोठी परंपरा आहे. बोलताना मी जर कुठे चुकलो तर मला अननुभवी समजून क्षमा करा.’’

या वेळी विरोधी पक्षाने थोडी चुळबूळ केली, काहींनी आवाज उठवले; पण मोदी विचलित झाले नाहीत आणि त्यांनी पुढे बोलायला सुरुवात केली. यापूर्वी भाषण केलेल्या सर्वांबद्दल त्यांनी नम्रपणे आदर व्यक्त केला. मग एक वातावरण तयार करत ते म्हणाले, ''जनतेला दिलेली एवढी सगळी आश्वासने मी कसा काय पूर्ण करून दाखवणार आहे, असा प्रश्न तुम्हाला पडला असेल. असा प्रश्न पडणे अगदी स्वाभाविक आहे.'' त्यांचे बोलणे पटवून देताना त्यांनी मुख्यमंत्रिपदावर असतानाचे एक उदाहरण दिले.

> ''गुजरातमधील अधिवेशनात पहिल्याच दिवशी मी सांगितले की प्रत्येक गावात २४/७ वीजपुरवठा केला जाईल. तिथे जमलेल्या लोकांचा यावर विश्वासच बसत नव्हता. मग सभा संपल्यावर विरोधी पक्षातील एक ज्येष्ठ माझ्याकडे आले आणि मला म्हणाले, की 'मोदीजी, तुम्ही चूक तर करत नाही आहात? कारण राज्यात २००० मेगावॅट विजेची कमतरता आहे.' त्यांना जाणून घ्यायचे होते, की मी वीजपुरवठा कसा काय करणार? त्यांनी अगदी मनापासून विचारले; पण आम्ही ते करून दाखवले. आम्ही जे आश्वासन दिले ते पूर्ण करण्यासाठी आम्ही शक्य ते सर्व करू...''

त्यांनी असेही सांगितले, की इतके दिवस मी जनतेकडून आशा करत होतो की ते मला निवडून देतील; पण आता सत्तेवर आल्यानंतर जनतेच्या आशा पूर्ण करण्याची जबाबदारी माझ्यावर आहे. १२५ कोटी लोकांनी आपल्याला आणि आपल्या पक्षाला मते दिली, हा शुभसंकेत असल्याचेही ते म्हणाले. पुढच्या भाषणाला गती देण्यासाठी ही सुरुवात दमदार झाली. पुढच्या राजनैतिक खेळीची ही नांदी होती.

> ''एक महान प्रजासत्ताक राष्ट्र म्हणून आपण स्वतःला सिद्ध केले का? आज अमेरिका आणि संपूर्ण युरोपमधील मतदार एकत्र केले तर त्या संख्येहून जास्त मतदार भारतात आहेत. २०० वर्षे पारतंत्र्यात राहिल्यानंतर कधी कधी सत्ताधीशांपुढे बोलण्याची आपली हिंमत होत नाही. कदाचित कातडीच्या रंगाचाही प्रभाव असेल. पण आता जगासमोर भारताला एक महान प्रजासत्ताक म्हणून सिद्ध करण्याची वेळ आली आहे.''

मोदींच्या या शब्दांनी सर्व विरोधकांना गप्प केले, कारण ते जे बोलले ती वस्तुस्थिती होती.

चाकोरीबाहेरच्या युक्त्या लढवण्यात मोदी तरबेज आहेत. त्यांचा दृष्टिकोन आणि धोरण दोन्ही आरशासारखे लख्ख आहेत. मोठमोठ्या समस्यांपासून लहानसहान गोष्टींपर्यंत ते पोहोचू शकतात. खेडेगावांत सुधारणा करण्यासंबंधी त्यांनी असे सांगितले, की प्रत्येक गावात ब्रॉडबॅन्ड आले पाहिजे. उपग्रहाद्वारे, देशाच्या कोणत्याही कोपऱ्यातून शिक्षण घेता आले पाहिजे. ते म्हणाले, ''प्रत्येक तरुणाला आपल्या गावी आपल्या कुटुंबासोबत राहावेसे वाटत असते; पण तिथे जगण्यासाठी आवश्यक त्या अद्ययावत सोयी-साधने नसतात. मग आपण गावोगावी कृषिउद्योग निर्माण करू शकत नाही काय?''

त्यांनी सांगितले, की आपण आपली कार्यक्षमता वाढवली पाहिजे, आपला दृष्टिकोन बदलला पाहिजे. त्यांनी उदाहरण दिले, की समजा, आपल्या मालगाडीतून टोमॅटो आणि संगमरवराचा साठा पाठवला जात आहे. तर रेल्वेचा क्लार्क नेहमी संगमरवर आधी पाठवेल आणि मग टोमॅटो. पण त्याच्या हे लक्षात यायला हवे, की आधी टोमॅटो पाठवले पाहिजेत, कारण ते लवकर सडतात.

या छोट्या छोट्या गोष्टी असतात, पण मोदी कोणत्याही समस्येच्या मुळाशी जाऊन दाखले देत असतात. गावखेड्यांतल्या गरीब जनतेला रोजगार मिळावा म्हणून शेतीव्यवसायातून कोणकोणते लघुउद्योग करता येतील याचा संपूर्ण अहवाल त्यांनी भाषणातून सादर केला. भाषणाचा परीघ विस्तारत ते म्हणाले, ''सेंद्रिय शेतीचा अवलंब करून सिक्कीम चांगली कामगिरी करत आहे. ज्या सेंद्रिय उत्पादनांना जगभर मागणी असते, ती उत्पादने निर्यात करण्याचे केंद्र म्हणून आपण सिक्कीमचा विचार का करू नये? त्यासाठी केंद्र सरकार सिक्कीमला मदतीचा हात देईल.''

त्यांनी या भाषणात शेतीव्यवसायावरच भर दिला. त्यात आणखी संशोधन करून प्रति हेक्टर उत्पादनक्षमता वाढवावी, असे सांगताना त्यांनी 'प्रत्येक दाण्यातून भरघोस पीक' घेण्याइतकी उत्पादनक्षमता वाढवण्याचे स्पष्ट केले. गरिबांसाठी

जास्तीत जास्त प्रथिने देणारे अन्न म्हणजे कडधान्य, हे त्यांनी समजावून सांगितले. त्यामुळे आपल्याला अत्यल्प दरात चांगल्या प्रतीची कडधान्ये कशी पिकवता येतील याचा विचार करावा. त्यासाठी भारतीय अन्न महामंडळ (फूड कॉर्पोरेशन ऑफ इंडिया) ही संस्था अधिकाधिक अद्ययावत केली पाहिजे. जितके जास्त पिकवू तितका जास्त पुरवठा करता येईल, अशा पद्धतीचे त्यांनी आवाहन केले. 'आपण जर हे केले नाही तर आपले अंतर्मन आपल्याला कधीच क्षमा करणार नाही,' या त्यांच्या शब्दांनी भाषणाला आणखी धार आली.

शिक्षकदिनानिमित्त विद्यार्थ्यांशी केलेला प्रश्नोत्तररूप संवाद

या प्रसंगी विद्यार्थ्यांनी विचारलेल्या प्रश्नांना मोदींनी मनमोकळेपणाने उत्तरे दिली. अतिशय हसतमुख चेहऱ्याने त्यांनी संवाद साधल्यामुळे विद्यार्थ्यांवर कोणत्याही प्रकारचे दडपण नव्हते. या देवाणघेवाणीतील काही उतारे :

प्रश्न : चांगले शिक्षक आणि चांगले शिक्षण यांचा तुमच्या आयुष्यावर कसा प्रभाव पडला?

उत्तर : एक उदाहरण देतो. तुम्हाला जर योग्य शिक्षण मिळाले नाही तर तुम्हाला अनुभवाचे शहाणपण येणार नाही. आज जर कोणी तुमचे पाकीट चोरले आणि तुमच्यात योग्य संस्कार नसतील तर उद्या तुम्हीही पाकीटमारी करायला लागाल; पण तुमच्यावर जर शिक्षणाचे संस्कार झाले असतील तर तुम्ही तुमचे पैसे सुरक्षित ठेवायला शिकाल. अशाच पद्धतीने माझ्यावरही चांगल्या शिक्षणाने आणि शिक्षकांनी संस्कार केले आहेत.

प्रश्न : तुम्ही पंतप्रधान व्हाल असे तुम्हाला कधी वाटले होते का?

उत्तर : मी अतिशय सामान्य परिस्थितीत वाढलो आहे. कधी वर्गाचा मॉनिटरसुद्धा झालो नाही. तुम्ही स्वतःकडून अवाजवी अपेक्षा ठेवल्यात आणि जर त्या पूर्ण करू शकला नाहीत तर तुम्हाला प्रचंड नैराश्य येते. तुम्ही जर डॉक्टर किंवा इंजिनियर बनायचे स्वप्न बघत असाल आणि जर तुम्ही ते होऊ शकला नाहीत तर आयुष्यभर तुमचे मन खात राहते. तुम्ही आत्ता जसे आहात त्यातच आनंद माना. आणि स्वप्ने

बघायचीच असतील, तर काही तरी करून दाखवण्याची स्वप्ने बघा, कोणी तरी बनण्याची नव्हेत!

प्रश्न : तुम्ही शाळेत खोड्या काढायचात का?

उत्तर : जरूर सांगतो, पण आधी मला वचन द्या की तुम्ही असे करणार नाही. मस्ती करणे हा आयुष्यातला फार महत्त्वाचा भाग आहे बरं का! प्रत्येक मुलाने मस्ती केलीच पाहिजे. शाळेत जेव्हा जेव्हा संगीताचे कार्यक्रम होत असत आणि कोणी सनई वाजवत असे तेव्हा आम्ही मुले त्यांच्या देखत चिंचा खायचो. अगदी चाटत चाटत चघळायचो. ते पाहून त्यांच्याही तोंडाला पाणी सुटायचे आणि त्यांना सनई वाजवताच यायची नाही. आता आणखी एक किस्सा सांगतो; पण तुम्ही नाही ना करणार तसे? कोणाच्या लग्नात गेलो तर आम्ही स्त्री-पुरुषांचे कपडे मागच्या बाजूने स्टेपल करायचो. आणि मग काय धमाल उडत असेल ते तुम्हीच सांगा!

प्रश्न : आम्ही विद्यार्थ्यांनी देशासाठी काय केले पाहिजे?

उत्तर : स्वच्छता राखणे खूप महत्त्वाचे असते. शाळेतून घरी आल्यावर आपापली दप्तरे, बूट-मोजे आणि कपडे जागेवर ठेवा. तुमच्या आईला विचारा, की आपले दरमहा वीजबिल किती असते? ते कसे कमी करता येईल त्याचा विचार करा. तुम्ही जर ४०० रुपये वीजबिल भरत असाल तर ते ३०० रुपयांपर्यंत खाली आणता येईल का, मग त्यासाठी काय काय करावे लागेल ते आई-वडिलांना विचारा. तुम्ही जी काटकसर कराल त्यातून गरिबांना लाभ होणार आहे हे कायम लक्षात ठेवा. शक्य असेल त्या जागी झाडे लावा. तुम्हाला देशासाठी खूप मोठमोठ्या गोष्टी करायची गरज नाही.

प्रश्न : आपण ऊर्जेची बचत कशी करू शकतो?

उत्तर : खिडक्या उघड्या ठेवून झोपा म्हणजे तुम्हाला एसी किंवा पंख्याचीही गरज पडणार नाही. वीजनिर्मितीपेक्षा वीजबचत केव्हाही स्वस्त पडते. दात घासताना नळ उघडा ठेवू नका. पाणी वाचवा. या छोट्या छोट्या गोष्टीच महत्त्वाच्या असतात. थेंबे थेंबे तळे साचे, हे विसरू नका.

प्रश्न : तुम्ही मुख्याध्यापकांसारखे आहात का?

उत्तर : तुमचे मुख्याध्यापक इथे आहेत का? ते चिडतील की हे ऐकल्यावर. (हसत) हो, मी त्यांच्यासारखाच आहे. पण मी स्वतःही खूप काम करतो. मी माझ्या सगळ्या कर्मचाऱ्यांना सांगून ठेवलेय, की तुम्ही जर ११ तास काम केलेत तर मी १२ तास काम करीन आणि तुम्ही जर १२ तास काम केलेत तर मी १३ तास काम करीन.

या संवादातून आपल्याला असे दिसते, की श्रोत्यांची समज कशी आहे ते ओळखून मोदी त्याच भाषेत संवाद साधू शकतात. यामुळे ते जास्तीत जास्त लोकांपर्यंत पोहोचू शकतात. आपल्या लहानपणीचे किस्से त्यांनी रंगवून सांगितले आणि थोडी थट्टामस्करी केली, त्यामुळे मुले त्यांच्याशी अधिक मोकळेपणाने बोलू शकली.

नॅसकॉमचे रौप्यमहोत्सवी वर्ष

शालेय विद्यार्थ्यांशी झालेल्या संवादानंतर दुसऱ्या दिवशी, म्हणजे नॅसकॉमच्या २५व्या वर्धापनदिनी मोदींनी तिथल्या तज्ज्ञांसमोर भाषण केले. त्या वेळची मोदींची शैली ही वेगळ्या बौद्धिक पातळीवरची आणि विषयानुरूप होती.

त्या प्रसंगी मोदींनी तंत्रज्ञानाबाबतची आपली समज आणि ते वापरण्याची चुणूक दाखवून दिली. हिंदीत भाषण करून त्यांनी श्रोत्यांना प्रोत्साहित केले. त्या दिवशी त्यांनी आयटी क्षेत्रासाठी काही भरीव उपाय सुचवले आणि सॉफ्टवेअर कंपन्यांकडून आपल्याला किती अपेक्षा आहेत ते सांगितले.

त्यांच्या भाषणाची सुरुवात अशी होती : ''एखाद्या क्षेत्राची एवढ्या झपाट्याने भरभराट होणे हे एक जन-आंदोलनच म्हटले पाहिजे.'' नॅसकॉमचे संस्थापक देवांग मेहता यांना आदरांजली वाहताना ते म्हणाले, ''मेहता यांच्या प्रयत्नांनी एक सुंदर रत्नहारच घडवला आहे. या २५ वर्षांचा हा प्रवास १०० दशलक्ष डॉलर्सपासून १४६ अब्ज डॉलर्सपर्यंत पोहोचला आहे.'' त्यांच्या विनोदबुद्धीला साजेशी शाब्दिक कोटीही त्यांनी केली. ते म्हणाले, ''तुमच्या प्रगतीमागचे आणखी एक कारण म्हणजे तुमच्या वाटचालीत आम्हा सरकारी लोकांचा हस्तक्षेप

नाही! आम्ही जितके लांब राहू तितके चांगले आहे! तुमच्यामुळे लाखो लोकांना रोजगार मिळतोय, आर्थिक पातळी वाढते आहे आणि जगाची आपल्याकडे बघण्याची दृष्टी चांगल्या अर्थी बदलत आहे. आता आपल्याला जितक्या 'हायवेज'ची गरज आहे तितक्याच 'आयवेज'ची गरज आहे.'' मग त्यांनी शासनव्यवस्था आणि तंत्रज्ञान यांच्यात दुवा साधला.

> ''आपल्याला राज्यकारभाराची घडी व्यवस्थित बसवण्यासाठी खूप काही करायचे आहे. आपल्या देशात १०० कोटी जनता मोबाइल फोन्स वापरतात असे धरून चाला. तुम्ही जर लवकरात लवकर काही ॲप्स तयार केलेत तर त्यांचा खूप उपयोग होऊ शकेल. हिंदुस्थानची प्रगती होत आहे. एक छोटासा प्रसंग सांगतो. मी गुजरातचा मुख्यमंत्री होतो, तेव्हा एकदा मला एका खेड्यात जायचे होते. मी माझ्या कर्मचाऱ्यांना तयारी करायला सांगितली, तर त्यांनी २५ लाख खर्चून एक प्रशिक्षण केंद्र उभे केले. मी जेव्हा तिथे पोहोचलो, तेव्हा तिथे जवळपास १०० बायका दूध विकायला, केंद्राचे आणि माझे फोटो काढायला जमलेल्या मला दिसल्या. मी त्यांना विचारले, की या फोटोंचे तुम्ही काय करणार? तर त्यांनी जे उत्तर दिले त्याने मी आश्चर्यचकितच झालो. त्या म्हणाल्या, की 'आम्ही घरी गेल्यावर ते डाऊनलोड करू.' तुम्हीच विचार करा, की जर त्या अशिक्षितांना इतकी माहिती असेल, तर आपण या क्षेत्रात केवढी क्रांती आणू शकतो!
>
> मला आणखी काही सांगायचे आहे, पण कृपया राग मानून घेऊ नका. तुमच्याकडून मला खूप अपेक्षा आहेत. आपण जर मंगळावर जाऊ शकतो तर आपण 'आपले गुगल' का निर्माण करत नाही? आपण आता अशा तऱ्हेने विचार केला पाहिजे. सायबर सिक्युरिटी ही एक खूप नामी संधी आहे. पंतप्रधान झाल्यानंतर मी जवळजवळ तीसेक राज्यातल्या प्रमुखांना भेटलो आहे आणि सर्वांनीच ही निकड सांगितली. मी आत्ता तुमच्याशी पंतप्रधान म्हणून नव्हे तर एक ग्राहक म्हणून बोलतोय. आपण जर आपल्या लोकांना सायबर सिक्युरिटी पुरवली नाही, तर कालांतराने एक वेळ अशी येईल की लोक मोबाइल वापरायलाच घाबरतील, आणि तुमच्यासाठी ते खूप धक्कादायक असेल.''

आपल्या कल्पनाशक्तीचा वापर करून त्यांनी आयटीवाल्यांशी संवाद साधला आणि त्यांना डिजिटल डेटाबेसवर काम करण्यास उद्युक्त केले. शिवाय विनोदाने ते

असेही म्हणाले, ''आता हे काम करायचे म्हणजे तुम्हाला काही पायऱ्या खालीच उतरावे लागेल. तंत्रज्ञान इतके प्रगत झाले आहे की आपण आपले सोन्याचे बॉन्ड्सही क्लाऊड लॉकरमध्ये ठेवू शकतो.'' याचविषयी बोलताना ते म्हणाले, ''सरकारी क्षेत्रात या तंत्रज्ञानाचा वापर एखाद्या गोदामासारखा करत आहोत, जिथे प्रत्येक कार्यालयातील माहिती वेगळ्या वेगळ्या डेटा फॉरमॅटमध्ये साठवत आहोत. हे आपण सिंक्रोनाइज करू शकत नाही का? त्याचा शासकीय यंत्रणेला खूप फायदा होईल.''

तंत्रज्ञान काय काय करू शकते हे सांगताना मोदी म्हणाले,

> ''सर्वोच्च न्यायालयाच्या आदेशाचा फायदा घेऊन आम्ही कोळसा गैरव्यवहार प्रकरण हाताळले. कोळशांचा लिलाव करताना आम्ही तंत्रज्ञानाचा वापर केला. कॅगच्या अहवालात जेव्हा असे लिहिले गेले, की सुमारे १,८६,००० कोटी रुपयांचा घोटाळा झाला आहे; पण कोणाचाच विश्वास बसला नाही. आम्हीसुद्धा राजकीय हेतूने बोललो खरे; पण आम्हीही विचारात पडलो, की खरेच इतका गैरव्यवहार झाला असेल का? पण या तंत्रज्ञानाचे आभार आहेत, की त्याचा वापर करून आम्ही हे प्रकरण हाताळले आणि १,१०,००० कोटी रुपये लिलावातून वसूल केले.''

त्यानंतर त्यांनी भारतातील पर्यटन व्यवसायाबद्दल एक अभिनव कल्पना मांडली. ते म्हणाले, ''पर्यटन व्यवसायात तीन ट्रिलियन डॉलर्सची उलाढाल होते. आपण आपल्या देशात ५० 'व्हरच्युअल' सांस्कृतिक संग्रहालये उभारली तर काय हरकत आहे? आपल्यापुढे ही केवढी मोठी संधी आहे!''

आणखी एका विषयाला हात घालत ते म्हणाले, ''दूरस्थ शिक्षण हीदेखील आव्हानात्मक संधी आहे. तुमच्या १,८०० सभासदांना त्यांच्या शाळांमधून ई-ग्रंथालये निर्माण करायला आवडणार नाही का? तुम्ही ज्या शाळेत शिकलात त्या शाळेसाठी तेवढे तर नक्कीच कराल.''

बदलत्या काळाबद्दल ते म्हणाले,

> ''पूर्वी एखाद्याकडे चांगले घड्याळ आणि एखादे पेन असले तरी त्याला प्रतिष्ठा

असे. आता एखाद्याकडे चांगला मोबाइल असण्याने प्रतिष्ठा मिळते, पण तो परवडणारा असावा. माझ्या काकांनी एकदा २.५ लाख किमतीचे घड्याळ विकत घेतले आणि ते माझ्या भाच्यापुढे मिरवू लागले. माझ्या भाच्याने त्यांना विचारले, "तुमच्या घड्याळात किती वाजलेत?" काकांनी वेळ पाहून सांगितले, "आठ वाजलेत." माझा भाचा लगेच म्हणाला, "माझे घड्याळ २५० रुपयांचेच आहे, पण वेळ तीच दाखवत आहे!"

दर वेळी मोदी बाजी मारून नेतात ती केवळ त्यांच्या भाषणानेच नव्हे; तर त्यांच्या सुस्पष्ट विचारांमुळे, व्यावहारिक कल्पनांमुळे, अभिनव चैतन्यामुळे आणि प्रयोगशीलतेमुळे. सर्वांना समजतील अशा विषयांवर ते बोलतात. अतिशय सुंदर शैलीत ते बोलतात आणि तेही मनापासून. वर्मी लागेल असे त्यांचे वक्तव्य नसते. त्यांनी आयटी कंपनीचे तोंड भरून कौतुक तर केलेच, पण कोणालाही न दुखावता त्यातील उणिवाही सांगितल्या आणि सरकारी मदतीचे आश्वासन देऊन काही चांगल्या उपाययोजनाही सुचवल्या.

इंडियन सायन्स काँग्रेसचे १०३ वे अधिवेशन

मोदींनी या अधिवेशनात हजर असलेल्या हजारो शास्त्रज्ञांशी बोलताना असे सांगितले, की आरोग्य, कुपोषण निवारण, पर्यावरण संवर्धन अशा क्षेत्रांमध्ये विज्ञानाचे मोलाचे योगदान आहे, ज्यायोगे मानवाचे जीवन निरोगी होण्यास मदत होते.

तेथे जमलेल्या वैज्ञानिक समुदायाशी त्यांनी योग्य प्रकारे संवाद साधत प्रथम त्यांच्या कामगिरीचे कौतुक केले, त्याचबरोबर त्यांच्या अडचणीही समजून घेतल्या. त्यांनी पुन्हा एकदा सिद्ध केले, की आपल्या भाषणातून ते सर्वांपर्यंत पोहोचू शकतात, मग शालेय विद्यार्थी असोत वा शास्त्रज्ञ.

वैज्ञानिक प्रगतीच्या आधारे समाजातील गरीब घटकालाही स्वच्छ शहर, पर्यावरण, पाणीपुरवठा, मलनिस्सारण योजना अशा सुविधांचा लाभ मिळायला हवा. त्यासाठी विद्यापीठे, राष्ट्रीय प्रयोगशाळा आणि संशोधकांनी केवळ उपलब्ध साधनसंपत्तीचा विचार करून नव्हे, तर आवड म्हणून हे काम करण्यासाठी एकत्र आले पाहिजे.

विज्ञानाची असलेली आपली समज आणि मूलभूत वैज्ञानिक समस्या यावर मोदींनी भाष्य केले :

> ''संशोधन यशस्वी होईल याची कधीच हमी देता येत नाही; पण तरी जैविक शास्त्र, नॅनो तंत्रज्ञान आणि कृषिशास्त्र ह्या क्षेत्रांत प्रत्येक गोष्टीवर उपाय हवाच असतो. त्यामुळे संशोधन करत राहिलेच पाहिजे. केंद्रीय संस्थांमध्ये काम करणाऱ्या शास्त्रज्ञांनी विद्यापीठांमध्ये शिकवावे आणि पीएचडी करणाऱ्यांनाही मार्गदर्शन करावे असे मला वाटते. उद्योगसमूहांनी संशोधनकार्यात गुंतवणूक करण्यासाठी पुढे सरसावले पाहिजे. फक्त तुमच्या ज्ञानाशी निगडितच काम करू नका. परंपरागत आणि देशी शास्त्रांचा वापर करा म्हणजे माणूस प्रगत होईल. आपल्या शास्त्रज्ञांविषयी सर्व मुलांना अभिमान वाटला पाहिजे. क्रीडापटूंना आपण जितके आदर्श मानतो तितकेच शास्त्रज्ञांनाही मानले पाहिजे. प्रजासत्ताकदिनी होणाऱ्या प्रदर्शनात विज्ञानात झालेल्या प्रगतीचाही समावेश केला पाहिजे. त्यांचे यशही देशात साजरे व्हायला हवे. मुलांमध्ये विज्ञानाबद्दल गोडी निर्माण व्हायला हवी, प्रेम निर्माण व्हायला हवे. भारताला महासत्ता बनवायची इच्छा असेल तर विश्वास ठेवा, माझ्याइतका पुरस्कर्ता दुसरा मिळणार नाही आणि मला तुमच्याइतके दुसरे सहयोगी मिळणार नाहीत.''

मोदी हे बोलल्यानंतर समस्त वैज्ञानिकांनी टाळ्यांचा कडकडाट केला. त्या अर्ध्या तासाच्या परिसंवादात मोदींनी दाखवून दिले, की ते शास्त्रज्ञांना 'हीरो' मानतात आणि त्या भाषणामुळे मोदी हे शास्त्रज्ञांचे 'हीरो' झाले!

भारतीय रेल्वे मंडळासाठी केलेले भाषण

मोदी हे अतिशय द्रष्टे आणि प्रेरणादायी व्यक्ती आहेत ह्यात शंकाच नाही. वाराणसीत झालेल्या डिझेल स्वयंचलित यंत्र कार्यशाळेच्या उद्घाटनप्रसंगी ते रेल्वेकर्मचाऱ्यांना उद्देशून म्हणाले,

> 'रेल्वेला देशाची 'जीवनवाहिनी' बनवण्याची माझी इच्छा आहे. रेल्वेच्या पायाभूत सुविधांचा उपयोग आपण पूर्ण क्षमतेने का करत नाही? दिवसातून केवळ एक किंवा दोन गाड्याच ग्रामीण भागात का जातात. ज्या रेल्वे स्थानकावर वीज, पाणी व रस्ते अशा पायाभूत सुविधा आहेत तेथे आपण

कौशल्यविकास कार्यशाळा का चालवत नाही?'' असे प्रश्नही त्यांनी उपस्थित केले.

सर्वांना आवाहन करत ते म्हणाले, ''रेल्वेचे डब्बे आणि इंजिन यांच्या ९६ टक्के घटकांचे काम भारतातच होते. उरलेले ४ टक्क्यांचे कामही येथेच का होऊ नये? रेल्वे ही खूप मोठी शक्ती आहे. आपल्याला गरज आहे ती पायाभूत सुविधा व्यवस्थापनाची, अद्ययावत तंत्रज्ञानाची आणि सुरळीत सेवा पुरवण्याची.''

एकाच वेळी श्रोत्यांना प्रेरित करण्याची, त्यांच्या अपेक्षा पूर्ण करण्याची, त्यांना दिशा दाखवण्याची आणि उपाय सुचविण्याची कला मोदींजवळ आहे. एका वक्त्याकडे असलेला हा खूप मोठा गुण आहे. तो जाणीवपूर्वक, अनुभवाने आणि मेहनतीने साध्य होणारा आहे.

नियोजित लक्ष्य

एका महान प्रजासत्ताक राष्ट्राचे पंतप्रधान या नात्याने त्यांचे खूप मोठे स्वप्न आहे, पूर्वनियोजित लक्ष्य आहे आणि ते साध्य करण्यासाठी त्यांच्याकडे पद्धतशीर कार्यक्रमही आहे. त्यांना ही पुरेपूर जाणीव आहे, की अवाढव्य लोकसंख्या असलेला, वैविध्यपूर्ण भाषा-संस्कृती असलेला हा देश असा अचानक बदलता येणार नाही. सत्तेवर आल्याच्या पहिल्या वर्षात मोदींनी तमाम जनतेला एकत्र येण्यास प्रवृत्त केले, जेणेकरून सर्वांना त्यांचे स्वप्न समजावे, त्याचबरोबर त्या स्वप्नाचा आवाका किती मोठा आहे तेही समजावे. आपल्या राजनैतिक नेतृत्वाच्या आधारे ते संपूर्ण जगाशी जोडले गेले. कारण त्यांना जाणीव होती, की परकीय शक्तींच्या साहाय्याशिवाय आपले, सामान्यांचे आणि पर्यायाने भारताचे स्वप्न साकार होऊ शकत नाही.

त्यांनी प्रत्येक भागधारक, प्रशासकीय अधिकारी, लोकसभा सदस्य, वैज्ञानिक समुदाय, औद्योगिक क्षेत्र, माध्यमे, अर्थतज्ज्ञ, न्यायसंस्था, सेनादले आणि संपूर्ण राजकीय घटक अशा सर्वांशी आपल्या भाषणांतून संवाद साधला.

परदेशांतही मोदींनी लाखोंची मने जिंकली. परदेशांतील भारतीयांशी संवाद साधत

त्यांनी संपूर्ण जगात स्वतःची व भारताची प्रतिमा उंचावली. त्यांनी जी-२० परिषदेत, युनेस्कोमध्ये, संयुक्त राष्ट्रांच्या आम सभेत अनेकांबरोबर व्यासपीठे गाजवली. अनेक देशांच्या सत्ताधाऱ्यांशी, राजकारण्यांशी आणि परदेशी व्यावसायिकांशी संवाद साधला.

इतक्या कमी कालावधीत विविध देशांतल्या विविध जनसमुदायांसमोर इतकी भाषणे करायला माणसाच्या अंगी स्पष्ट विचार, पूर्वतयारी, धाडस, ज्ञान आणि प्रचंड उत्साह हे गुण आवश्यक असतात.

वक्तृत्वाच्या आघाडीवर मोदींनी आपले वर्चस्व कायम केले आहे. श्रोत्यांगणिक शैली बदलणारे मोदी हे मोठे कलाकार ठरले. कोणासाठी ते मार्गदर्शक आहेत तर कोणासाठी प्रेरणास्थान, कोणासाठी नेता आहेत तर कोणासाठी रक्षणकर्ता. एक सर्वोत्तम वक्ता म्हणून मोदींनी स्वतःला सिद्ध केले आहे.

~

'माझा जनतेवर ठाम विश्वास आहे. त्यांना खरे सांगितले तर
देशावर कोणतेही संकट आले तरी ते साथ देतील; त्यांना
वस्तुस्थिती सांगणे हेच खरे आव्हान असते!'

–अब्राहम लिंकन

एका कुशल नेत्याकडून आणि वक्त्याकडून आपण काय शिकायचे ?

- जनतेसमोर भाषण करताना आपल्याला श्रोतृवर्गाप्रमाणे भाषाशैली बदलता यायला हवी. विविध स्तरांवरच्या श्रोत्यांसमोर एकच विषय वेगवेगळ्या पद्धतींनी मांडता यायला हवा. तुलनाच करायची झाली, तर परिसराप्रमाणे सरडा जसा त्वचेचा रंग बदलतो, तसाच एक कुशल वक्ता आपली शैली बदलू शकतो.
- नरेंद्र मोदींनी या कलेवर प्रभुत्व मिळवले आणि या कलेच्या आधारे आबालवृद्धांची मने जिंकली आहेत. निवडणुकीच्या प्रचारसभांमध्ये लाखो भारतीयांच्या मनात त्यांनी उद्याच्या भारताविषयी आशा जागवल्या आणि एका प्रचारसभेचे रूपांतर जन-आंदोलनात केले.
- प्रत्येक वेळी भाषण करत असताना मोदींना अचूक समजते की जनतेच्या मनात काय चालू आहे. प्रत्येक वेळी भाषण ऐकत असताना श्रोत्यांच्या अपेक्षा वाढलेल्या असतात आणि मोदी पुढे काय बोलणार आहेत याविषयी कुतुहल निर्माण झालेले असते.
- मोदींची भाषणे घोकून पाठ केल्यासारखी नसतात. ती भाषणे बिनचूक आणि ओघवती असतात. कोठेही बोचणारी भाषा नसते. व्यासपीठावर मोदींचा वावर अगदी सहज आणि हुकूमत गाजवणारा असतो.
- मोदींची मंचावरील देहबोली शिकण्यासारखी असते. त्यांचे हातवारे आणि चेहऱ्यावरचे हावभाव हे त्यांच्या शब्दांशी सुसंगत असतात.
- मोदी हे संवाद साधत आविष्कार घडवत जातात. उत्कृष्ट वक्तृत्वशैलीचा हा खूप महत्त्वाचा पैलू आहे जो ते सहजतेने अमलात आणतात. त्यासाठी त्यांना श्रोत्यांच्या बौद्धिक पातळीचे, पार्श्वभूमीचे, वयाचे बंधन नसते.
- वकील न्यायाधीशासमोर न्यायालयात, उद्योगधंद्यातली माणसे त्यांच्या बैठकांमध्ये-परिसंवादांमध्ये बोलतात, शिक्षक विद्यार्थ्यांसमोर बोलतात; पण मोदी सर्व स्तरांतल्या नागरिकांशी संवाद साधतात. शाळकरी मुलांपासून संसदेतल्या मान्यवरांपर्यंत, इंडियन सायन्स काँग्रेसपासून अर्थतज्ज्ञांपर्यंत, प्रशासकीय अधिकाऱ्यांपासून ते अनिवासी भारतीयांपर्यंत सर्वांशी संवाद साधत, आपले विचार मांडत आपले स्वप्न साकारण्याच्या दिशेने त्यांची वाटचाल सुरू आहे.

***

४

वस्तुस्थितीची जाणीव

तुमच्या संकल्पना तर्कशुद्धतेने मांडण्याची कला आत्मसात करा

'विचारांना कृतीचे परिमाण देते, ते सर्वोत्तम वक्तृत्व.'
–डेव्हिड लॉइड जॉर्ज

तर्कशुद्धता आणि वस्तुस्थिती यांच्याइतके समर्थनीय दुसरे काहीही नाही. तर्काला आणि वास्तवाला भावनेची आणि संभाषणकौशल्याची जोड मिळाली तर जनमताचा प्रवाह निश्चितच बदलतो. मग कोणी कितीही हटवादी असो, विद्वान असो अथवा जाणकार असो, सर्वांची मर्जी संपादन करता येते.

नरेंद्र मोदींना माहीत आहे की लोकांचा आपल्यावर गाढ विश्वास आहे. त्यामुळे स्वतःच्या आणि जनतेच्या आशा फळाला आणायच्या असतील तर केवळ लोकांची मने वळवली पाहिजेत असे नाही, तर जिंकलीही पाहिजेत, हेही त्यांना ठाऊक आहे. आपण आत्ता कुठे आहोत, कुठे पोहोचू शकतो, तसेच त्या स्थानी मी तुम्हाला कसे घेऊन जाणार आहे यांचे वास्तव चित्र मोदींनी जनतेसमोर ठेवले पाहिजे. त्यासाठी खूप काम करावे लागणार आहे. हे पटवून द्यावे लागेल की खूप काही करता येण्यासारखे आहे. आणि जर मोदींनी हे केले तर भारताचे स्वप्न साकार करण्यासाठी जनता त्यांना तेवढाच भक्कम पाठिंबा देईल.

यासाठीच मोदी अतिशय तर्कशुद्ध पद्धतीने जनतेसमोर वस्तुस्थिती मांडत असतात.

वेळोवेळी आपण काय प्रगती करत आहोत आणि आपल्या योजना काय आहेत यांचा नेमका आराखडा ते स्पष्टपणे सांगत असतात. तर्कसंगती, विनोद, शाब्दिक कोट्या आणि भावबंध यांचे नमुनेदार मिश्रण करून ते संवाद साधतात. त्यातूनच त्यांची उद्दिष्टे व कार्यपद्धती समजत जाते. वास्तवाला भावनांची जोड देऊन कोणताही तपशील मांडण्याची कला मोदींजवळ आहे. अमेरिकन परिषदेत सल्लागारांशी परराष्ट्रसंबंधांबाबत त्यांनी चक्क हिंदीतून संवाद साधला :

> ''जनतेने आतापर्यंत खूप काही वाईट अनुभवले, आणि आता बऱ्याच कालावधीनंतर जनतेच्या मनात आशा-आकांक्षा निर्माण झाल्या आहेत. पूर्वी हे सगळे सोपे होते, कारण तेव्हा राजकारणी छोट्या समाजवर्गासाठी थोडेफार काम करायचे. त्यांना खूष केले की मते मिळायचा मार्ग मोकळा व्हायचा. पण आता लोकांना नवे काही तरी करणारे, खऱ्या अर्थाने प्रगती करणारे सरकार हवे आहे. सर्वांत प्राचीन संस्कृती असलेला आमचा देश तरुण आहे. स्थिर सरकार असणे हा त्यांचा निकष आहे. जनतेने त्याची पायाभरणी केली आहे. त्याच वेळी शासनव्यवस्थेचेही खूप मोठे ओझे पाठीवर आहे. मध्यमवर्गीय लोक विपन्नावस्थेतून हळूहळू वर येऊ लागले आहेत आणि पुन्हा त्याच अवस्थेत जाण्याची त्यांची इच्छा नाही. जर आम्ही ही परिस्थिती नीट हाताळली नाही आणि मध्यमवर्गीय समाज पुन्हा विपन्नावस्थेत गेला तर त्यांचा आमच्यावरचा विश्वास डळमळीत होईल. माणसे आजारी पडल्यावर आपल्या डॉक्टरलाच बोलावतात, कारण त्यांचा त्याच्यावर विश्वास असतो. तसाच विश्वास सरकारनेही संपादन करायला हवा.''

त्यानंतर ते आपला मुद्दा स्पष्ट करताना म्हणाले, ''आम्हाला आमची अर्थव्यवस्था तीन स्तंभांवर उभी करायची आहे. यामध्ये शेतीव्यवसाय, उत्पादन व्यवसाय आणि सेवाउद्योग या तिन्हींचा भाग प्रत्येकी ३० टक्के राहायला हवा. म्हणजे एक खांब डळमळला तर बाकीचे दोन आधार देतील.'' 'सगळी अंडी एकाच थैलीत ठेवू नयेत' या जुन्या तत्त्वाचा मोदींनी अवलंब केला. तसेच त्यांनी हेही समजावून सांगितले, की या तीनही क्षेत्रांना समान संधी मिळायला हव्यात. आपण जे काही निर्माण करू त्यात शून्य बिघाड आणि शून्य परिणाम (शून्य परिणाम म्हणजे पर्यावरणाला धक्का न लावता) हे निकष हवेत.

मोदी हे एक उत्तम शिक्षक आहेत. त्यांचे सहकारी वेगवेगळ्या प्रांतांतून आलेले आहेत. त्या सर्वांशी अतिशय सोप्या-सुलभ भाषेत मोदी संवाद साधतात.

सर्वांनी एकत्र येऊन स्वतःच्या कामगिरीबद्दल बोलावे यांवर मोदींचा भर असतो. आपल्या पक्षातल्या सहकाऱ्यांना विश्वासात घेऊन आपण काय करत आहोत, का करत आहोत हे सर्व ते नीट समजावून सांगतात. भाजपच्या खासदारांची जी कार्यशाळा घेतली गेली तिथे अणुऊर्जेच्या कमतरतेबाबत बोलताना मोदी म्हणाले,

> ''आपण हरितक्रांती कशी आणावी? आपल्याला कोणी आण्विक तंत्रज्ञान देत नाही, कोणी आण्विक इंधनही पुरवत नाही. कारण ज्या राष्ट्राला आपल्याला साहाय्य करण्याची इच्छा आहे ते सुद्धा आंतरराष्ट्रीय दबावाखाली आहेत. आपण अंतराळशास्त्रात अग्रेसर आहोत पण अणुयुगाच्या स्पर्धेत ऊर्जाशक्ती मिळवण्यात मागे पडलोय. आपण आपल्या उन्नतीबद्दल पाहिजे तितके उघडपणे बोलत नाही. आपण काय केले आहे, काय करत आहोत आणि काय करण्याचा मानस आहे हे सर्व लोकांसमोर आले पाहिजे. संवादातून तो एकात्मिक प्रभाव- 'इको इफेक्ट' तयार केला पाहिजे.''

मोदी केवळ आमच्या राजकीय धोरणांना नवीन नाव देऊ पाहत आहेत, असे टोमणे विरोधक त्यांना मारतात. मोदी त्यांना प्रत्युत्तर देताना म्हणतात, ''नावे नवीन असली तरी समस्या जुन्याच आहेत आणि तुमच्याकडूनच वारसाने त्या आम्हाला मिळाल्या आहेत. तुम्ही खरे तर आनंद मानला पाहिजे की आम्ही त्यावर उपाय तरी शोधतोय!''

अशाच एका प्रश्नाला प्रत्युत्तर देताना ते म्हणाले, ''पूर्वी ते आमच्या पक्षाला विचारत, की स्वातंत्र्यसंग्रामाच्या वेळी आम्ही (भाजप) कुठे होतो? आम्ही लोकांना विचारायचो, १८५७च्या बंडाच्या वेळी ते कुठे होते? अशा निरर्थक वादात आपण अडकता कामा नये. सरकार येते-जाते पण आदर्श आणि तत्त्वे कायम राहातात.''

लोकसभेच्या अधिवेशनात, यूपीए सरकारच्या पुढाकाराने घेऊन सुरू झालेल्या 'महात्मा गांधी राष्ट्रीय ग्रामीण रोजगार हमी योजने' (मनरेगा) बद्दल बोलताना ते म्हणाले,

> ''मी माझ्या राजकीय क्षेत्रात 'मनरेगा'ला थांबवू शकत नाही; पण तुम्हीच त्या योजनेत अनेक खड्डे खणून ठेवले आहेत. ती तुमची दुर्बलता आहे; पण मी मात्र त्याचे ढोल वाजवणारच! भ्रष्टाचाराने ह्या देशाला पोखरलेय. तुझ्यापेक्षा माझा कपडा सफेद कसा राहील, याच खटाटोपात आपण अडकून गेलो. आता आपण एकत्रित होऊन यावर उपाय शोधले पाहिजेत. तुम्ही अनुभवी आहात. तुम्हीच आम्हाला मार्गदर्शन करू शकाल. आम्ही नीतितत्त्वांवर चालणारे सरकार स्थापन करू. सर्वच धोरणे निर्दोष असतील असे नाही, पण आपण जास्तीत जास्त निर्दोष शासनव्यवस्था निर्माण करू. आमच्या हातात सत्ता आहे आणि आम्ही प्रयत्न करत आहोत.''

एवढे बोलून मोदींनी निखालस वस्तुस्थिती सर्वांसमोर मांडली, ''शाळांमध्ये शौचालयांची सोय करणे आवश्यक आहे. एकूण ४ लाख २५ हजार शौचालये आवश्यक आहेत, ज्यातील १.५ लाख नवीन बांधायची आहेत आणि उरलेल्यांना डागडुजीची आवश्यकता आहे. सगळा आराखडा तयार आहे; आत्तापर्यंत ६५ हजार शौचालये बांधून झाली आहेत. पण हे काम पूर्ण करायला आपल्याला प्रति सेकंद एक शौचालय या वेगाने काम केले पाहिजे.''

मग त्यांनी सणसणीत टोला हाणला, ''आपलाच आपल्या जनतेवर विश्वास नाही. प्रत्येक कागदपत्र साक्षांकित (अॅटेस्टेड) करण्यासाठी सरकारी अधिकारी कशाला लागतो? ते स्वतः 'अॅटेस्ट' करू शकत नाहीत काय? माझाही व्हिसा नाकारला गेला होता. मला तेव्हा प्रचंड अपमानित झाल्यासारखे वाटले होते. अशी किती तरी कामे रखडली आहेत. पूल तयार आहे पण पलीकडे जायला रस्ताच नाही, रस्ते तयार आहेत पण पुलांचे काम व्हायला वर्षे लागताहेत, अशी स्थिती आहे.''

एकाच मागावर वेगवेगळ्या धाग्यांनी एकसुती वस्त्र विणावे तसे मोदींचे सगळे मुद्दे एकमेकांत गुंफून येत असतात.

निवडणुकांच्या प्रचारसभा घेताना दिल्ली विद्यापीठाच्या विद्यार्थ्यांसमोर मोदी बोलत होते,

> ''स्वातंत्र्याला ६० वर्षे उलटून गेली तरी आपण स्वराज्य स्थापन होण्याची वाट

बघत आहोत. आपल्याला चांगली शासनव्यवस्था हवी आहे. आज सरकार जिथे जिथे आगीचे लोळ दिसतील तिथे तिथे धाव घेत आहे; पण शासनाला डोळ्यांपुढे काही दिसत नाही. या आघाडीवर आम्ही कमी पडलोय. जणू सगळेच चोर आहेत, अशी धारणा होत चालली आहे, आणि यावर काहीच उपाय नाही. नागरिकांना देश सोडून जावासा वाटू लागलाय. माझा अनुभव मला सांगतो की अजूनही वेळ गेलेली नाही. तेच कायदे, तीच माणसे, त्याच संस्था आणि त्याच फाइली घेऊन आपण पुढे वाटचाल करू शकू. एका राजदूताने मला विचारले, 'भारताच्या दोन मुख्य समस्या कोणत्या?' मी म्हणालो, की पहिली समस्या- भारताच्या लोकसंख्येपैकी ६५ टक्के लोक हे ३५ वर्षे वयोगटाखाली आहेत, त्यांचा उपयोग कसा करून घ्यावा? दुसरी- पूर्वभारतात नैसर्गिक संपत्तीचे प्रचंड साठे आहेत, त्यांचा योग्य विनियोग कसा करावा? आम्हाला तयार उत्पादने निर्यात करायची आहेत, कच्चा माल नाही.''

रोखठोकपणे चुका दाखवण्यात मोदी हुशार आहेत आणि वस्तुस्थिती मांडताना ते शब्दांचा खेळ करत नाहीत. लोकांना तेच आवडते. ते नेहमी सांगतात, ''आपल्याला प्रमाणपत्रे नकोत, कौशल्ये हवीत.'' विनोबा भावे यांचे जवळचे मित्र दादासाहेब धर्माधिकारी यांच्या पुस्तकामधला एक किस्सा मोदी नेहमी सांगतात, ''एकदा एकजण दादांकडे नोकरीचा अर्ज घेऊन आला. दादांनी त्याला विचारले, 'तू काय करू शकतोस?' तो म्हणाला, 'मी पदवीधर आहे.' दादा पुन्हा म्हणाले, 'नाही तसे नाही, तू सध्या काय करत आहेस?' तो पुन्हा म्हणाला, 'मी पदवीधर आहे.' तीन वेळा तेच उत्तर आले. आपल्याकडे पदवीधरांची हीच दैना आहे.'' असेच कुठल्या तरी सभेत बोलताना ते म्हणाले, की माझ्यापुढे हीच समस्या आहे, की ३५ वर्षांखालच्या एवढ्या तरुणांना कसे तयार करावे? त्यांच्यात निरनिराळी कौशल्ये कशी भिनवावीत?

आपल्याला भ्रष्टाचारी भारत ते कौशल्यपूर्ण भारत (स्कॅम इंडिया ते स्कील इंडिया) असा प्रवास करायचा आहे. कौशल्य शिक्षणासाठी आपण वेगळे मंत्रिमंडळ स्थापन करायला हवे. 'श्रममेव जयते' हे आपले घोषवाक्य असायला हवे.

एकदा राज्यसभेत बोलताना मोदी म्हणाले, ''समजुतींवर तत्त्वे बांधणे आता शक्य नाही. गोवा आणि नागालँड येथे ख्रिश्चनांच्या वस्त्या आहेत. जम्मू-काश्मीरमध्ये

मुस्लिमांच्या, तर पंजाबमध्ये शिखांच्या वस्त्या आहेत. त्या सगळ्या प्रदेशांमध्ये भाजप सरकार आहे, मग भाजपला केवळ हिंदूंचा पक्ष कसे म्हणता येईल?'' याचबरोबर, भाजप सरकार हे कॉर्पोरेट जगताचा पुरस्कार करते, या विरोधकांच्या आरोपाचेही त्यांनी खंडन केले.

> ''आपण शाळा बांधतोय, शौचालये बांधतोय, सॉइल कार्ड्स देतोय, तर मग आपण कॉर्पोरेट जगतासाठी काय करतोय? कौशल्यविकास हा त्यांच्या फायद्याचा ठरेल का? ४० टक्के लोकसंख्या आर्थिकदृष्ट्या गंगा नदीवर अवलंबून आहे. गंगेची स्वच्छता मोहीम ही कॉर्पोरेटस्‌साठी आहे का? परवडतील अशी छोटी घरे पण कॉर्पोरेटस्‌साठी बांधतोय का? असे नाहीए. आपण लोकांना उपजीविकेचे साधन द्यायला हवे, कौशल्य-शिक्षण द्यायला हवे. आपल्याला कौशल्यपूर्ण हात हवेत.''

नेमक्या समस्येच्या मुळाशी पोहोचण्याची मोदींची क्षमता येथे दिसून येते. एखाद्या समस्येची पूर्ण छाननी करून त्यातील वस्तुस्थिती ते आपल्यासमोर मांडतात आणि पटवून देतात. व्यावहारिकदृष्ट्या सोपे असे उपाय शोधूनही काढतात. अतिशय साधी परंतु परिणामकारक मांडणी ते करतात.

महिलांच्या सुरक्षिततेबद्दल संसदेत बोलताना मोदींनी बरेच मुद्दे मांडले, आणि एका वाक्याने त्यामागील खोच जाणवली. त्यांनी विचारले, ''आपण बलात्कारामागच्या मानसिकतेचा अभ्यास करण्याची काय गरज आहे? त्यातून आपली मान उंचावणार आहे का?''

लघुउद्योजकांबद्दल राज्यसभेत बोलताना ते म्हणाले, ''आज सामान्य माणूस फळे, दूध, ब्रेड वगैरे विकून किंवा गाड्यादुरुस्तीसारखी कामे करून पोट भरतोय. अशी माणसे आपल्या हाताखाली आणखी एका-दोघांना कामावर ठेवतात.'' ते असेही म्हणाले, ''आपल्याकडे ५.५ कोटी एवढे युनिटस्‌ आहेत ज्यांतून ११ ते १२ कोटी नोकऱ्या मिळू शकतात. या लोकांना कोणी भांडवल किंवा कर्ज देत नाही. त्यामुळे छोट्याछोट्या योजनांमधून रोजगार मिळवणे हाच उपाय त्यांच्याकडे राहातो, ज्यातून त्यांचा उदरनिर्वाह चालतो.''

यासाठीच मुद्रा (मायक्रो युनिट डेव्हलपमेन्ट अ‍ॅन्ड रीफायनान्स एजन्सी) ही योजना सुरू झाली, जी लघुउद्योजकांना ५०,००० रुपयांपासून १० लाख रुपयांपर्यंत कर्ज देते.

इकॉनॉमिक टाइम्सच्या विश्वपरिषदेत बोलताना मोदी म्हणाले, ''आपल्याकडे असंख्य शक्यता असताना आपण बऱ्याच संधी गमावल्या आहेत. आपला विकासाचा दर ४ टक्क्यांपेक्षा कमी आहे. शासनव्यवस्था तर तळाशीच असेल. आपल्याला हे परवडण्यासारखे नाही. आपल्याला दूरसंचार घोटाळेही परवडणार नाहीत. जी काही हानी झाली आहे ती भरून काढली पाहिजे. तुम्हाला सरकारचा पूर्ण पाठिंबा आहे.''

सरकारी व्यवस्थापनाबद्दल बोलताना त्यांनी पंतप्रधान या नात्याने प्रांजळपणे कबूल केले की शासनव्यवस्थेचा कारभार अतिशय किचकट आणि संथ आहे.

> ''हिंदू पुराणकथांमध्ये सांगितले आहे की तीर्थाटन (चारधाम यात्रा) केल्यावर आपल्याला मोक्ष मिळतो. तशी तर एक फाइल सरकारी कचेऱ्यांमध्ये ३६ 'धाम' फिरून येते, पण तिला काही मोक्ष मिळत नाही! ही सगळी व्यवस्था आपल्याला सोपी करायला हवी. मला एक ठोस, परिणामकारक, जलद आणि सुलभ अशी व्यवस्था आणायची आहे. काही ठिकाणी खासगी संस्था जास्त उपयोगी पडतील. खरे तर व्यापारधंद्यामध्ये सरकारने मध्ये पडूच नये.''

आपल्या देशासाठी आणि सरकारसाठी त्यांनी एक परिमाण ठरवून टाकले. 'कौशल्य, प्रमाण आणि वेग' यायोगे आपल्याला जागतिक स्पर्धेत टिकून राहता येईल.

> ''राज्यात फक्त ५ गोष्टींत बदल केले पाहिजेत : १. सार्वजनिक सेवा, संरक्षण, न्यायव्यवस्था आणि पोलिस दल, २. पर्यावरण, ३. बाजारपेठांवर नियंत्रण, ४. मालाच्या गुणवत्तेसंबंधी माहिती ५. शिक्षण व आरोग्य या बाबतीत मागासवर्गीयांना आधार देणे. सरकारने स्वतःच्या 'जमाखर्चाचा' नीट हिशोब ठेवला पाहिजे. आपण आता २ लाख कोटी रुपयांची उलाढाल करत आहोत. आपण २० लाख कोटींचे स्वप्न का बघत नाही? आणि त्यासाठी काही

नियोजन करून पाया का घालत नाही? आता आपण हे लक्ष्य निश्चित केलेय आणि ते प्राप्त करण्यासाठी खूप काम करावे लागेल. सुधारणा ही अविरतपणे चालू राहणारी प्रक्रिया आहे.''

अर्थव्यवस्थेला लागलेल्या गळतीबद्दल बोलताना ते म्हणाले, ''अनुदानाची गरज फक्त गरिबांना असते. मी पुन्हा सांगतो, अनुदानाची गरज फक्त गरिबांना असते. आपल्याला या गळतीचे तोंड बुजवायला हवे आणि अपव्यय टाळायला हवा. गरिबांना त्यांच्या परिस्थितीशी लढता यावे म्हणून आपल्याला जनतेसाठी मोठ्या प्रमाणावर उत्पादने तयार करायला हवीत आणि ती लोकांच्या कष्टांनीच तयार व्हायला हवीत.''

या परिच्छेदांवरून आपल्याला दिसून येते, की एखादी घटना लोकांसमोर मांडताना वस्तुस्थिती सांगता आली पाहिजे आणि त्याचबरोबर आपण केलेल्या कामांची प्रगतीही योग्य वेळी सांगितली पाहिजे. वक्त्याने प्रगतीचा पाढा वाचायलाच हवा. संभाषण हे फक्त विचारांची जाहिरात करण्याचे माध्यम नसून श्रोत्यांना हमी देण्याचेही साधन आहे.

नरेंद्र मोदी हे फक्त विचारच करत नाहीत तर कृतीही करतात. त्यांची उद्दिष्टे ते अशा पद्धतीने बिंबवतात की सगळ्या संकल्पना प्रत्यक्षात उतरल्याच पाहिजेत. त्यांना पूर्ण कल्पना आहे की ते एका पोखरलेल्या व्यवस्थेशी व्यवहार जोडू पाहत आहेत. म्हणूनच ते आपल्या कामांची माहिती देशाला आणि सरकारी यंत्रणेला सतत देत राहतात. सगळ्या गोष्टी जनतेसमोर उघड करतात.

अमेरिकन परिषदेच्या परिसंवादात परराष्ट्रसंबंधांविषयी बोलताना मोदींनी आपल्या जनधन आंदोलनाविषयी माहिती दिली. त्यात गरिबांसाठी आर्थिक योजना कशा राबवल्या जाणार आहेत ते सांगितले आणि त्या योजनांचे सर्व श्रेय त्यांनी बँक अधिकाऱ्यांना दिले.

''आमचे बँक अधिकारी दारोदारी गेले आणि त्यांनी गरिबांना खाती उघडण्यासाठी आवाहन केले. ५ महिन्यांहूनही कमी वेळात सुमारे १४ कोटी खाती उघडली गेली आहेत. आता सगळा पैसा थेट गरिबांच्या खात्यात

पोहोचता होईल. गिनीज बुकच्या अधिकाऱ्यांनी ह्या गोष्टीची नोंद घेतली आहे आणि कमीत कमी वेळात जास्तीत जास्त खाती उघडण्याचा हा उच्चांक ठरला आहे. मी बँकवाल्यांना विनंती केली की त्यांनी 'शून्य' रुपये ठेवीवर खाती उघडून द्यावीत. आणि आपल्या गरीब जनतेची धडाडी बघा, त्यांनी आतापर्यंत खात्यांमध्ये १४००० कोटी रुपये जमा केले आहेत!"

दिल्लीत झालेल्या भाजप खासदारांच्या सभेत मोदी अणुऊर्जेबद्दल बोलताना म्हणाले,

"पाश्चिमात्य देशांकडून आण्विक तंत्रज्ञान आणि इंधन मिळवणे मुश्किल झाले आहे. 'मेक इन इंडिया' योजनेसाठी मी जर्मनीच्या 'हॅनोव्हर फेअर'मध्ये गेलो. पुढच्या ५ वर्षांपर्यंत फ्रान्सने आपल्याला आण्विक तंत्रज्ञान देण्याचे आणि कॅनडाने तंत्रज्ञान व इंधन देण्याचे कबूल केले आहे." अशा व्याख्यानांच्या प्रसंगी मोदींची शैली अनौपचारिक असते, जणू काही ते आपल्या पक्षसदस्यांशीच बोलत आहेत.

त्याच कार्यशाळेत मोदींनी भ्रष्टाचार, नवी धोरणे आणि आजमितीस केलेली कामे यावरही चर्चा केली. ते म्हणाले,

"आपण म्हणतोय, की स्वातंत्र्यानंतर ७५ वर्षांनी प्रत्येक व्यक्तीकडे स्वतःचे घर असेल. पण ते श्रीमंतांसाठी तर नाही ना? आपण जर असे म्हणालो, की आधीच्या सरकारने काहीच केले नाही, तर आपण चुकीचे बोलतोय का? या देशाला भ्रष्टाचाराने व्यापले नाहीये का? पण आता असे म्हणणे चुकीचे ठरेल. पूर्वी जे सिमेंटचे पोते ३५० रुपयांना मिळायचे ते आज १५० रुपयांत मिळते. आपण हे पूर्वीच्या सरकारला करून दाखवले आहे."

घरगुती गॅससवलतीबद्दल ते म्हणाले,

"४ लाख ग्राहकांनी सिलिंडरवरील सवलत परत केली आहे. यातून मिळालेले २०० कोटी रुपये हे सरकारकडे न जाता गरिबांच्या चुली पेटवण्यात कामी येणार आहेत. आता त्यांना कोळसे किंवा लाकडे वापरावी लागणार नाहीत, आणि यामुळे पर्यावरणाला धोकाही कमी होईल. १ कोटी ग्राहकांनी सवलत परत करणे म्हणजे १ कोटी गरिबांना घरगुती गॅस मिळणे."

यापूर्वीच्या सत्ताधाऱ्यांनी गरिबांना दिलेल्या मोफत योजनांबद्दल ते म्हणाले, "राजकारण म्हणते की गरिबांना मोफत द्या पण राष्ट्रवाद म्हणतो की गरिबांना फुकट काही देण्यापेक्षा त्यांच्याजवळ पैसा येईल असे बघा, जेणेकरून खरेदी करण्याची त्यांची क्षमता वाढेल आणि अर्थव्यवस्थाही सुधारेल."

स्वच्छ भारत अभियानाबद्दल ते बोलले,

> "शौचालये बांधून घेणे हे पंतप्रधानांचे काम आहे का, असे लोक विचारतात. पण मी एक सामान्य माणूस आहे. अशा छोट्या गोष्टींकडे लक्ष देणेही माझे काम आहे. घाण आणि स्वच्छतेचा अभाव या गोष्टी असल्या की मानसिकताही तशीच होते. आपल्याला ती बदलायला हवी. आपल्याला हा दृष्टिकोनच बदलायला हवा. परराष्ट्रमंत्री सुषमाजी यांनी एका दुतावासाची स्वच्छता मोहिमेच्या आधीची व नंतरची काही छायाचित्रे पाठवली. त्या दोन्ही छायाचित्रांमध्ये खूप फरक पडला होता. आपल्याला मुळापासून सगळी विचारधारा बदलायला हवी."

गुजरातमधील कामगिरीबद्दल मोदी म्हणाले,

> "आमच्या माणसाकडे आरोग्य तक्ता (हेल्थ कार्ड) नाही, पण आम्ही गुजरातच्या प्रत्येक शेतकऱ्याला माती परीक्षण तक्ता (सॉइल हेल्थ कार्ड) दिला आहे, जे सांगते की त्याच्या जमिनीवर कोणते पीक चांगले येईल. आम्ही पाणी वाचवण्यासाठी ६ लाख बांधकामे केली. देशभरातील पाण्याची पातळी खाली जात आहे, पण गुजरातमध्ये ती वाढू लागली आहे. 'प्रत्येक थेंबातून भरघोस पीक' हे माझे ब्रीदवाक्य आहे. ४४ तापमानातसुद्धा आम्ही कृषिमहोत्सव साजरा करतो. गुजरातमध्ये पूर्वी कापसाचे २३ लाख गठ्ठे बनत असत, आता तेच १ कोटी २३ लाख इतके बनतात. कपाशीपासून सूत- सुतापासून कापड- कापडापासून फॅशन आणि फॅशनपासून परदेशी निर्यात, अशी साखळी पूर्ण व्हायला हवी."

आधीच्या सरकारच्या तुलनेत त्यांच्या सरकारने केलेल्या कामगिरीची खडान्खडा माहिती त्यांनी जनतेसमोर ठेवली : "यूपीए सरकारने ४५ महिन्यांत ७ कोटी आधार कार्डे बनवली असली, तरी आम्ही ९ महिन्यांत १७ कोटी आधार कार्डे

बनवली. ४५ महिन्यांत 'मनरेगा'ने ५००० लोकांना रोजगार दिला असेल, तर ९ महिन्यांत आम्ही ८ लाख लोकांना रोजगार दिला. २०१३-१४ मध्ये तुम्ही १०० दिवसांची हमी देऊन साधारण ४२.५ दिवस काम केलेत, १ लाख कोटी रुपये खर्ची घातलेत; पण त्याचा काही हिशोबच नाही.''

केंद्र-राज्यांच्या परस्परसंबंधांबाबत ते म्हणाले,

''स्वातंत्र्यानंतर आज पहिल्यांदा असे होणार आहे, की अंदाजपत्रकाच्या रकमेपैकी ६२ टक्के रक्कम राज्यांना जाईल आणि उरलेली ३८ टक्केच केंद्राकडे राहील. आम्हाला सहकारी संघराज्य हवे आहे. मुख्यमंत्र्यांच्या अडचणी मी समजू शकतो. राज्ये सफल होतील तेव्हाच देश सफल होईल.''

टोरोंटोमध्ये स्थलांतरित झालेल्या भारतीय नागरिकांशी बोलताना त्यांनी तिरंग्यातील रंगांचा आणि आपल्या कामगिरीचा परस्परसंबंध उलगडून सांगितला :

> ''आपल्या ध्वजात ४ रंग आहेत- केशरी, पांढरा, हिरवा आणि निळा. केशरी रंग ऊर्जेचे प्रतीक आहे. यापूर्वी आपण मेगावॅट्सबद्दल बोलायचो, आता आपण गिगावॅट्सबद्दल बोलतो. आपल्याला प्रदुषणविरहित ऊर्जेची गरज आहे कारण आपण एक-षष्ठांश (१/६) जागतिक तापमानवाढीला कारणीभूत आहोत. आपल्याला १७५ गिगावॅट ऊर्जेची आवश्यकता आहे. पूर्वीच्या सरकारने वीज वाचवण्यासाठी ३५० रुपयांना एक असे एलईडी दिवे आणले, जे आम्ही आता ८५ रुपयला एक असे आणतो.''

यावर त्यांनी 'काय बंधूंनो, पारदर्शकता आहे की नाही?' असे विचारत श्रोत्यांशी संवाद साधला.

दिल्ली विद्यापीठाच्या विद्यार्थ्यांशी संवाद साधताना ते शिक्षणक्षेत्रातील नव्या शाखांबद्दल बोलले. ''गुजरातमध्ये पूर्वी ११ विद्यापीठे होती, आता ४४ आहेत. आम्ही सुरू केलेले 'न्यायवैद्यक शास्त्र विद्यापीठ' (युनिव्हर्सिटी ऑफ फॉरेन्सिक सायन्स) जगातले पहिले असे विद्यापीठ आहे. लोकांनी पोलिस दलात भरती व्हावे यासाठी 'रक्षा शक्ती विद्यापीठ' सुरू केले. शिक्षकांसाठी नवी संस्था सुरू केली.

शिक्षक पिढी घडवतो. त्यामुळेच शिक्षक निर्माण करणे, जगभर गरज असेल तिथे शिक्षकांना पाठवणे हे आपले उद्दिष्ट असले पाहिजे.''

तरुण पिढीला प्रोत्साहन देताना ते म्हणाले,

''आपला देश म्हणजे एक बाजार झाला आहे, ज्यात बाहेरचे लोक नाही नाही त्या वस्तू आणून कोंबत असतात. त्याउलट, आपण उत्पादन करणारा देश म्हणून ओळख निर्माण करायला पाहिजे आणि आपल्या वस्तू इतर ठिकाणी निर्यात करायला सुरुवात केली पाहिजे. आपल्याला आपला दृष्टिकोन बदलला पाहिजे. जपानमध्ये ऑलिंपिक्स झाले त्या वेळी तिथे बिस्किटांपासून भांड्यांपर्यंत प्रत्येक वस्तूवर एकच घोषवाक्य कोरले गेले होते, 'आपण ऑलिंपिक्सचे यजमान म्हणून सज्ज आहोत की नाही?' आणि कॉमनवेल्थच्या वेळी आपण काय केले?''

विरोधकांना कोपरखळी मारताना ते म्हणाले, ''काम करणाऱ्यांनाही पत्ता नव्हता ते काय करत आहेत आणि का?'' त्यांनी हेही सांगितलं, की ''ज्यांना खरेच काही काम करायचे होते त्यांनी ते केलेही.'' 'व्हायब्रंट गुजरात' मोहीम मी सुरू केली आणि अवघ्या दहा दिवसांत आम्हाला १२१ देशांकडून प्रतिसाद मिळाला. जगातला ५० टक्के जीडीपी (एकूण देशांतर्गत उत्पादन) एका छताखाली आला.''

यूएस आणि टोरोंटो येथील भारतीयांशी ते बोलले. ''आम्ही लवकरच परदेशांतील भारतीय नागरिक आणि मूळचे भारतीय यांना इतके एकसंध करू, की त्यांना स्वतःची ओळख पटवण्यासाठी दर पंधरा दिवसांनी पोलिस चौकीत चकरा मारायची गरज पडणार नाही.''

'मॉम'च्या (मॉम- मार्स ऑर्बिटर मिशन) यशस्वी मोहिमेबद्दल इस्रोचे (भारतीय अवकाश संशोधन) अभिनंदन करून ते म्हणाले,

> ''मॉम म्हणजे आई. मंगळ मोहीम म्हणजे मॉम. या दोघांची गाठ पडली की सर्व यशस्वीच होत असते. कारण आई कधी अपयशी होऊ देत नाही. त्यामुळे पहिल्या फेरीतच मोहीम यशस्वी होणे हे संपूर्ण इतिहासात पहिल्यांदा घडलंय. तुम्ही तो इतिहास घडवलात. आणि मोहिमेच्या शक्यतेबाबत अहवाल सादर केल्यानंतर अवघ्या तीन वर्षांत हे करून दाखवले आहे. इस्रो आता खास अशा

तीन देशांच्या गटात समाविष्ट झाले आहे. भारतातील छोट्या फॅक्टऱ्यांमध्ये आवश्यक ते भाग बनवले गेले त्या दिवशी माझ्या मनात दोनच शक्यता आल्या. ही मोहीम यशस्वी होईल किंवा होणार नाही. मी खात्रीशीर सांगतो, की जर ही मोहीम अयशस्वी झाली असती तर मी इथेच असतो. पण ज्याच्या कामाची सुरुवात 'मंगल' असते त्याचे यशही 'मंगल'मयच असते!''

''यश मिळाले नाही तर तुम्ही टीकेला पात्र होता, पण जर यशस्वी झालात तर तुम्ही लोकांच्या असूयेचे लक्ष्य होता. तुमच्या यशाने नवी आव्हाने दिसू लागली आहेत. आता तुम्हाला पुढच्या पिढीला तयार करायचे आहे. ही गुरू-शिष्य परंपरा अशीच चालू राहिली पाहिजे. तुम्ही पूर्वजांची मान उंचावलीत आणि नव्या पिढीला उत्तेजन दिले. अंतराळशास्त्रामुळे अनेक दालने खुली होतात आणि आपण आपले जीवन बदलू शकतो. आता आपल्याला अंतराळशास्त्राकडून त्याच्या अनुप्रयोगाकडे वाटचाल केली पाहिजे. आपल्याकडे सार्कचा उपग्रह असला पाहिजे. आपल्या सीमा आपण आणखी रुंदावल्या पाहिजेत.''

शेवटी त्यांनी इस्रोला मानवंदनेची सलामी दिली,

''आपली क्रिकेट टीम जिंकते तेव्हा संपूर्ण देश आनंदाने नाचतो. तुमचा विजय हजारपटींनी मोठा आहे. उद्या नवरात्रीचा दिवस आहे. शाळाशाळांमधून विजयोत्सव साजरा व्हायला पाहिजे.''

टोरोंटोमधील भारतीयांनी मोदींचा सत्कार केला, त्या वेळी संपूर्ण प्रेक्षागृहात मोदींच्या नावाचा जयघोष दुमदुमला. ते म्हणाले,

''तुम्ही आपल्या कष्टांमुळे कॅनडामध्ये आदराचे स्थान मिळवले. २००३ साली गुजरातच्या संमेलनात हाच कॅनडा देश आपला भागीदार झाला आणि अजूनही आहे. या देशाशी आपले संबंध खूप चांगले आहेत. तुम्हाला कॅनडात पोहोचायला विमानाने १७ तास लागतात, पण भारताच्या पंतप्रधानाला कॅनडात यायला ४२ वर्षे लागली. ४२ वर्षांत जे घडले नाही ते १० महिन्यांत घडले आहे.''

पक्षाच्या विजयाबद्दल आणि कॅनडात स्थायिक झालेल्या भारतीयांच्या

योगदानाबद्दल ते म्हणाले, ''निवडणुका तिकडे झाल्या पण जयजयकार मात्र इथे झाला. निकाल तिकडे जाहीर आणि पेढे इकडे वाटले गेले.'' नेहमीच्या शैलीत बोटांची मुद्रा हवेत उंचावून ते म्हणाले, ''सगळ्या समस्यांवर एकच उपाय आहे. (थोडं थांबून) तो उपाय म्हणजे 'मोदी' नव्हेत, तर 'विकास'. आपल्याकडे क्षमता आहे. आता फक्त एक संधी हवी. आपल्याकडे २६० कोटी हात आहेत. आपण काय करू शकत नाही? आपण या देशाला सोन्याचा पक्षी बनवू शकतो. २०३०पर्यंत अशी वेळ येईल की जगाला लागणारी सगळी कार्यशक्ती भारताकडून पुरवली जाईल. आपल्याला भ्रष्टाचारी भारतापासून कौशल्यपूर्ण भारत (स्कॅम इंडियाकडून स्किल इंडिया) असा प्रवास करायचा आहे.''

पंतप्रधानपदी आल्यानंतर ११ जानेवारी २०१५ रोजी झालेल्या 'व्हायब्रंट गुजरात'च्या संमेलनात १०० हून जास्त देश सहभागी झाले होते. त्या प्रसंगी मोदी म्हणाले,

> ''एखाद्याने दाखवलेल्या मार्गावर एखाद्याचे स्वप्न अवलंबून असते. दोन हृदयांचे आणि मनांचे हे मीलन असते. आपल्याला ही पृथ्वी सुरक्षित आणि निरोगी जीवन जगण्यायोग्य व्हायला हवी आहे. भारत हा आज जन्माला आलेला देश नाही. त्याला हजारो वर्षांची जुनी परंपरा आहे. आपल्या संस्कृतीचा, परंपरांचा आणि तत्त्वांचा आब आपणच राखला पाहिजे. १७७ देशांनी योगसाधनेचा स्वीकार केला आहे आणि २१ जून हा दिवस 'जागतिक योगदिन' म्हणून साजरा केला जाईल.''

मोदींची खासियत हीच आहे, की ते कोणताही कागद वाचून बोलत नाहीत आणि तरीही वस्तुस्थिती त्यांना उत्तम मांडता येते, अतिशय सहज आकडेमोड करता येते. सगळ्या घटना आणि आकडेवारी त्यांना मुखोद्गत असते. त्यांची स्मरणशक्ती अतिशय तल्लख आणि एकपाठी आहे.

तल्लख स्मरणशक्ती आणि योग्य वेळी योग्य श्रोत्यांसमोर योग्य त्या घटना मांडण्याची कला, हे गुण जर वक्त्याजवळ असतील तर एकेका शब्दागणिक तो श्रोत्यांना भारून टाकू शकतो. जनतेसमोरच खडान्खडा माहिती सांगत, आकडेमोड करत बोलण्याचा जो परिणाम होतो तो पोकळ भाषणांतून होत नाही.

आपल्या कामगिरीबरोबरच इतक्या साऱ्या घटना-घडामोडी त्यांतल्या एकूण एक तपशिलांसकट लक्षात ठेवणे एका पंतप्रधानासाठी सोपे नसते. अशा उदाहरणांमधून मोदींची ती क्षमता लक्षात येते.

'व्हायब्रंट गुजरात' संमेलनात उपस्थित असलेल्या एकूण एक मान्यवर पाहुण्यांची, विशेषतः संयुक्त राष्ट्रांचे अध्यक्ष आणि इतर देशांचे प्रधानमंत्री, या सर्वांची नावे मोदींच्या लक्षात होती आणि कोणताही कागद हातात नसताना त्यांनी त्या सर्वांचा उल्लेख आपल्या भाषणात केला!

भाजपच्या कार्यशाळेत ते म्हणाले, "येमेनमध्ये २४ तास बॉम्बहल्ले होत होते. आपण ते २ तासांसाठी थांबवले आणि हजारो भारतीयांना सुरक्षित परत आणले. ही सामान्य घटना नाही. मी जनरल व्ही. के. सिंग यांचे आभार मानतो, की अशा कठीण प्रसंगी त्यांनी नेतृत्व केले आणि वेळ निभावून नेली. सुषमा स्वराज यांनी दहा मिनिटांत निर्णय घेतला आणि हजारो परिचारिका आणि गरीब लोक मुक्त झाले."

दिल्ली विद्यापीठात ते म्हणाले, "गुजरातेत गाईगुरांच्या १२० रोगांवर नियंत्रण मिळवण्यासाठी आम्ही २५००-३००० आरोग्यकेंद्रे उभारली. दुग्धउत्पादन ८० टक्क्यांवर पोहोचले. गुजरात हे पर्यटनकेंद्र कधीच नव्हते, पण आता पर्यटकांची संख्या दुपटीने वाढली आहे."

राज्यसभेत त्यांनी 'अपघात विमा योजनेबद्दल' घोषणा केली ती अशी, "वर्षाला ३३० रुपये किंवा महिन्याला १२ रुपये इतक्या अल्प हप्त्यांत तुम्हाला २ लाखांचा अपघातविमा उतरवता येईल. 'अटल पेन्शन योजने'अंतर्गत रुपये २४८ प्रतिवर्षी या दराने २० वर्षे पैसे गुंतवल्यास ६० वर्षे वयानंतर दरमहा ५००० रुपये इतके निवृत्तिवेतन मिळेल. पती-पत्नी दोघे हयात नसल्यास त्यांच्या मुलांना ८.५ लाख रुपये परतावा मिळेल." ही सगळी आकडेवारी त्यांच्या लक्षात होती हे विशेष!

बहुउद्देशीय धोरणांचे सादरीकरण

उत्कृष्ट नेतृत्वाचे आणखी एक लक्षण म्हणजे आपल्या सर्व सहकाऱ्यांसमोर

आपला दृष्टिकोन मांडणे. एखाद्या नेत्याच्या डोक्यात शेकडो अभिनव कल्पना असतील, किंवा तो खरोखरच काम करतही असेल, पण जर सहकाऱ्यांना त्याच्या कल्पना सांगितल्याच गेल्या नाहीत तर काय फायदा? म्हणूनच नारायण मूर्ती, जिम कॉलिन्स आणि स्टीव्ह जॉब्ज यांसारख्या लोकांचे विचार व दृष्टिकोन 'टाऊन हॉल'च्या सभांमध्ये घोषित केले गेले.

आपले विचार आणि आपल्या कल्पना लोकांपर्यंत पोहोचवण्यात मोदी तरबेज आहेत आणि त्या पोहोचवताना ते अतिशय सच्चेपणाने व समरसून बोलतात. त्यातही आकलन खूप महत्त्वाचे असते आणि संवादातून ते साध्य होते. लोक म्हणतात, ''हेच आपले पंतप्रधान ज्यांचा आपल्याला अभिमान वाटतो. आम्ही त्यांचा आदर करतो. कारण त्यांना पूर्ण माहीत आहे त्यांना काय करायचे आहे आणि कसे करायचे आहे. त्यांची भाषणे अतिशय आशादायी असतात.''

एका मोठ्या प्रजासत्ताक राष्ट्राचा नेता म्हणून त्यांना कल्पना आहे, की हजार समस्या आहेत तसे हजार उपायही आहेत, आणि ते करू शकतात. जनधन योजनेबाबत ते म्हणतात, ''आपण इतर अनेक बाबतीत ऐक्य आणण्याच्या गोष्टी केल्या पण आर्थिक एकजुटीबद्दल काहीच बोललो नाही. आपल्याला आर्थिक घटकांचा अंतर्भाव केलाच पाहिजे. बँकेत प्रत्येकाचे खाते असले पाहिजे.'' स्पर्धा ही यशाची गुरुकिल्ली असल्याचे सांगून ते म्हणाले, की 'आपल्याला स्पर्धात्मक सहकारी संघटनेची आवश्यकता आहे. राज्यांत एकमेकांमध्ये चुरस निर्माण झाली तरच प्रगती होईल.'

''केवळ धोरणे बनवून काही साध्य होणार नाही. ती धोरणे प्रत्यक्षात उतरली पाहिजेत. सुधारणांना अंत नसतोच, पण त्यामागे निश्चित हेतू असला पाहिजे. मोठी उपाययोजना आणि छोटे प्रकल्प हे दोन्ही महत्त्वाचे आहेत.''

आपली धोरणे आणि नियोजित उद्दिष्ट स्पष्ट करताना ते म्हणाले, ''मी जे आता करतोय ते पूर्ण व्हायला थोडा वेळ लागेल. हेच जर मी माझ्या कारकिर्दीच्या शेवटच्या वर्षी केले असते तर लोक म्हणाले असते, हे काय? हे तर बाहेर पडण्याच्या मार्गावर आहेत. आता काहीच होणार नाही.''

२६ जानेवारी २०१५ला भारत आणि अमेरिकन व्यापारी परिषदेच्या एकत्रित सभेत ते म्हणाले,

> ''अजून खूप लांबचा पल्ला गाठायचा आहे; पण आपली अर्थव्यवस्था, राहणीमान आणि निसर्गसंपदा हे सगळे सुधारण्यासाठी आम्ही अथक परिश्रम घेत आहोत. हे सगळे एका रात्रीत बदलणार नाही, पण आम्ही करून दाखवू शकतो. कारण आमच्यापाशी उत्साही तरुण पिढी आहे, उद्योगशीलता आहे आणि राष्ट्राच्या सकारात्मक विचारांचा पाठिंबा आहे. आम्ही कारभारातील अस्थिरता दूर करून स्थिर आणि उपयुक्त अशी शासनव्यवस्था आणू. तुमची बौद्धिक संपत्ती राखून ठेवा. आपल्या स्वप्नांचा आवाका खूप मोठा आहे आणि संधीही खूप आहेत. रेल्वे, स्वच्छ गंगा, नागरी निःसारण व्यवस्था, ६० लाख खेडेगावांचे आधुनिकीकरण, अशा खूप गोष्टी आहेत. शिवाय, येत्या ७ वर्षांच्या कालावधीत ५ दशलक्ष निवासी संकुले उभारायची आहेत. आपल्याला फक्त धोरणे नकोत, तर व्यापार, नवयोजना, गुंतवणुका आणि कल्पनाशक्ती इत्यादींची गरज आहे. ८०० दशलक्ष तरुणांची साथ असेल तर आपण जागतिक स्थैर्य प्रस्थापित करू शकू. आज एकूण ३ दशलक्ष भारतीय अमेरिकेत राहत आहेत. भारतीय आयटी कंपन्या यूएसमध्ये नोकऱ्या देत आहेत, शिवाय यूएसमध्ये १ लाख विद्यार्थी शिकत आहेत. दोन महासत्ता या नात्याने दोन्ही देशांच्या प्रगतीमध्ये एकमेकांचे हित सामावले आहे. आपण जर एकत्रित विजय मिळवला तर ते खूप मोठे यश असेल.''

शालेय विद्यार्थ्यांशी बोलताना त्यांनी निराळे विषय मांडले.

''तुम्ही आठवड्यातून एक तास गरीब मुलांना शिकवू शकता? आपण शिक्षणाला राष्ट्रीय पातळीवर प्राधान्य कसे द्यावे? निरोगी राहण्यासाठी तुम्ही दिवसातून चार वेळा घाम गाळला पाहिजे. तुम्हाला जमेल? तुम्ही वेगवेगळी चरित्रे वाचली पाहिजेत, सर्व प्रकारचे साहित्य वाचले पाहिजे, इतिहास शिकला पाहिजे. गुगल तुम्हाला ज्ञान नव्हे, फक्त माहिती देते.''

इकॉनॉमिक टाइम्सच्या वैश्विक परिषदेत त्यांनी सांगितले, ''पैशांचा अपव्यय टाळण्यासाठी आम्ही 'खर्च आयोग' बसवला आहे. आपण कुठे खर्च करत आहोत ते आपल्याला कळायलाच हवे. सार्वजनिक वितरण व्यवस्था संगणकावर

चालवायला हवी, म्हणजे रेशनचा पुरवठाही संगणकावर नोंदला जाईल आणि भुरट्या चोऱ्यांना आळा बसेल.''

राज्यसभेत ते बोलले, ''उत्तरपूर्व राज्यांत इंग्लिश बोलले जाते. तिकडे आपण मोठा बीपीओ उद्योग का चालू करत नाही? सोन्याची गुंतवणूक ही अचल असते. आपल्याकडे २०,००० टन इतके सोने आहे. आपण जर तेवढे सोन्याचे बॉन्ड्स करून बँकांमध्ये ठेवले तर केवढी आर्थिक उलाढाल होईल आणि नंतर तिचा विनियोगही करता येईल.''

पॅरिसच्या युनेस्कोमध्ये १,३०० राजदूतांसमक्ष भाषण करताना मोदी म्हणाले,

> ''आपली राज्यघटना संस्कृतीवर आणि स्वातंत्र्यावर भाष्य करते. त्यात केवळ विकासाचा निर्विकारपणे मांडलेला हिशोब नाही, तर विश्वासाचे आणि आशेचे आश्वासन आहे. आम्ही प्रत्येक नागरिकाच्या हक्काचे आणि प्रत्येक धर्माचे रक्षण करू. आम्ही प्रत्येक मुलाला तंत्रशिक्षण देऊ. पुढील सात वर्षांत आपल्याला १,७५,००० मेगावॅट्स इतकी प्रदूषणविरहित ऊर्जा आवश्यक आहे. सार्वजनिक आरोग्यवर्धनासाठी आम्ही आपले राहणीमान बदलू आणि २१ जून हा दिवस 'जागतिक योगदिन' म्हणून साजरा करण्यात येईल.''

आपल्या नेहमीच्या उठावदार शैलीतले मोदींचे शब्द संसदेतही घुमले :

> ''भारत हा महान त्यागमूर्तींचा देश आहे. एका व्यक्तीने परदेशी सत्तेविरुद्ध बंड पुकारले आणि स्वतःचे आयुष्य ओवाळून टाकले, तर दुसरा उभा ठाकला आणि त्यानेही असाच त्याग केला. असेच एकामागून एक येत गेले, पण ते स्वातंत्र्य मिळवून देऊ शकले नाहीत. कारण त्यांचा लढा हा एकेकट्याचा होता. महात्मा गांधीही एकटेच होते; पण त्यांनी वैयक्तिक लढ्याला आंदोलनाचे रूप दिले आणि बघता बघता एक सार्वजनिक चळवळ सुरू झाली. प्रत्येक कृतीचा, मोहिमेचा त्यांनी स्वातंत्र्यलढ्याशी संबंध जोडला. प्रत्येक शिक्षक शाळेत स्वातंत्र्याचे धडे देऊ लागला. प्रत्येक मजुराला वाटू लागले की तो स्वातंत्र्यसंग्रामात भाग घेतोय. आपला देश बदलायचा असेल, प्रगती करायची असेल तर सरकारी धोरणांचा काही उपयोग होणार नाही; त्यासाठी जनआंदोलन उभे राहायला हवे. महात्मा गांधींच्या १५०व्या जयंतीच्या निमित्ताने त्यांना

आदरांजली म्हणून आपण 'स्वच्छ भारत मोहीम' का राबवू नये? या हेतूनेच आपण स्वच्छता अभियान सुरू केले आहे.''

भाषणातील प्रोत्साहनाचा सूर कायम ठेवून ते म्हणाले, ''देशासाठी मरण्याची संधी मला मिळाली नाही, पण देशासाठी जगण्याची संधी मी सोडणार नाही.''

कष्ट करण्याची आणि स्वतःला झोकून देण्याची जबाबदारी स्वतःवर घेऊन मोदी दिल्लीच्या विद्यार्थ्यांना म्हणाले, ''कागदपत्रांवर आपण वर्षानुवर्षे योजना आखत बसतो; पण आता भरभर हालचाल केली पाहिजे. आपल्याला कार्यकुशल लोकांची गरज आहे. कौशल्य, व्याप्ती आणि वेग या तीनही गोष्टी प्रगतीसाठी आवश्यक आहेत.''

वक्तृत्वकलेवर प्रभुत्व मिळवणे

मोदींचे केवळ शब्दांवरच प्रभुत्व आहे असे नाही, वस्तुस्थिती शब्दांत गुंफण्याची वाचासिद्धीही त्यांना प्राप्त आहे.

चालू घडामोडी, व्यवस्थेतील उणिवा, त्याचबरोबर साध्य केलेली कामे यांची मांडणी ते अतिशय सफाईदार आणि स्पष्टपणे एकाच भाषणात करू शकतात. उद्दिष्टे साध्य करण्यासाठीच्या योजना, आवश्यक धोरणे आणि आपली स्वप्ने पूर्ण करण्यासाठी ते कोणती पावले उचलणार आहेत ते मोकळेपणी सगळे नेमक्या भाषेत सांगतात. त्यांची भाषणे म्हणजे प्रगतीचा, कामगिरीचा, संकल्पनांचा आणि गुणदोषांचा सुस्पष्ट आराखडाच असतो. वैयक्तिक आणि सरकारी अनुबंध लोकांपर्यंत पोहोचवायचे असतील तर आपल्या हाकेचे पडसाद घुमले पाहिजेत.

वक्तृत्वकला म्हणजे आपल्याच आवाजाचे प्रतिसाद ऐकू येणे. शेवटी हा सगळा 'समजून घेण्याचा' मामला आहे. आकलन म्हणजे जनतेवर प्रभाव पाडणे, जनतेला आपली मते पटवून देणे. वस्तुस्थिती, श्रद्धा आणि वक्तृत्व या सर्वांची सरमिसळ चतुराईने व्हायला हवी.

एका कुशल नेत्याकडून आणि वक्त्याकडून आपण काय शिकायचे?

- तर्क आणि वस्तुस्थिती यांचा वक्तृत्व आणि भावना यांच्याशी मेळ साधला तर जनमताचा प्रवाह वळवता येतो- मग श्रोते कितीही आडमुठे असोत! वस्तुस्थिती आणि आकडेवारी या दोन गोष्टी एखाद्या टेफलॉनच्या ढालीसारखे वक्त्याचे रक्षण करतात.
- तर्क, वैचित्र्य आणि विनोद यांचा सुरेख संगम साधत मोदी जनतेला आपल्या भाषणातून हा संदेश देतात, की आपण कुठे आहोत, कुठे पोहोचू शकतो आणि ते कसे साध्य करू शकतो. प्रत्येक होतकरू वक्त्याने ही कला आत्मसात केली पाहिजे.
- एखाद्याला जर निखालस सत्य समोर आणायचे असेल तर त्याला संख्यांकन करता यायलाच पाहिजे. पहिल्यांदाच जनतेला समजले, की आरोग्यव्यवस्थेसाठी देशभरात ४ लाख २५ हजार शौचालयांची गरज आहे. आज पंतप्रधान या नात्याने ते रोखठोकपणे सांगू शकले की आपल्या देशातील पदवीधर नोकरीस ठेवण्यास अपात्र आहेत. त्यांनी हेही सांगितले, की आपल्या देशाला १७५ गिगावॅट ऊर्जेची आवश्यकता आहे जी केवळ आण्विक ऊर्जेद्वारे मिळवता येऊ शकते. आकडेवारी समजली की समस्या किती गंभीर आहे हेही समजते.
- अनेक गोष्टींबद्दलचे वास्तव जसे आहे तसे सांगितल्याने समज-गैरसमज कमी होतात. मोदींनी गोव्याच्या राज्यसभेत सांगितले, की नागालँडमध्ये ख्रिश्चन, तर जम्मू-काश्मीरमध्ये मुस्लिम आणि पंजाबात शीख धर्माची लोकसंख्या जास्त प्रमाणात आहे. तरीही त्या राज्यांमध्ये भाजपची सत्ता आहे. मग तुम्ही असा आरोप कसा करता की भाजप फक्त हिंदुत्ववादी आहे?
- अशा प्रकारे सत्य घटना आणि मूल्यमापन यांच्या जोरावर एखादा कुशल वक्ता समस्यांच्या मुळाशी पोहोचू शकतो. मोदींनी हे अभ्यासले, की देशभरात जवळजवळ ५.५ कोटी लोक स्वयंरोजगारी

आहेत, जे छोटेमोठे धंदे करतात आणि ११ कोटी लोकांना नोकऱ्या देतात. त्यांनी सरकारला आवाहन केले, की सरकारने अशा स्वयंरोजगारी लोकांसाठी भांडवलाची योजना आखावी. त्यातूनच 'मुद्रा' ह्या योजनेचा उगम झाला.

- केवळ भावनेतून किंवा शब्दांनी प्रगतीचा आलेख चढत नाही. त्यासाठी मूल्यमापन जरुरी असते. मोदी आपल्या कामगिरीचा तंतोतंत आराखडा आकडेवारीसकट श्रोत्यांपुढे मांडतात. त्यांनी सांगितले, की गुजरातमध्ये पूर्वी २३ लाख गठ्ठेच कपास तयार होत असे, आणि आता तेच उत्पन्न १ कोटी २३ लाख इतके होते. या आकड्यांनीच तर परिणाम साधला.
- चांगल्या वक्त्याकडे अचूक निरीक्षणशक्तीही असली पाहिजे, जशी ती मोदींकडे आहे. त्यांनी जपानच्या ऑलिंपिक सादरीकरणाचे बारकाईने निरीक्षण केले.
- थोर नेते मोठ्या घोषणांमधून प्रत्यक्ष अंमलबजावणी करण्यास उद्युक्त करतात. अशीच एक घोषणा अमेरिका आणि कॅनडातील भारतीयांसमोर मोदींनी केली– भारत सरकार आता परदेशी भारतीय नागरिक आणि मूळचे भारतीय यांना एकत्र आणेल. चांगली उद्दिष्टे आणि कामगिरी सांगण्याची एकही संधी वक्त्याने गमावू नये.

***

५

स्वामित्व मिळवा

कथा, रूपके, घोषवाक्ये आणि वक्तृत्वकला

'विजेचा लोळ आणि काजवा यांमध्ये जेवढा फरक असतो तेवढाच फरक 'सत्य' आणि 'संपूर्ण सत्य' यामध्ये असतो.'

–मार्क ट्वेन

इतिहासातील घटनांचा संदर्भ देऊन आपले मुद्दे पटवून देण्याची कला एका महान वक्त्याकडे असते. ऐतिहासिक घटना आणि कथा श्रोत्यांना चटकन भावतात आणि संभाषणाची लज्जत वाढवतात. त्यामुळे अपेक्षित परिणाम साध्य होतो. वक्त्याचा मुद्दा अधिक प्रभावी होण्यास मदत होते.

वक्ता व श्रोता यांच्यामध्ये दुवा साधण्याचे काम कथा करतात. त्यामुळे त्या संवादांना अनौपचारिक रूप प्राप्त होऊन ते संवाद आपलेसे वाटतात. अतिशय साधे व सोपे संदर्भ देऊन एखादा वक्ता श्रोत्यांमधील अंतर भेदू शकतो. श्रोत्यांच्या जवळ जायचे असेल तर प्रत्येक नेत्याने आणि वक्त्याने ही क्लृप्ती ध्यानात ठेवली पाहिजे. तात्पर्य हे, की संदर्भांमुळे वक्त्याच्या शब्दांना सच्चेपणा येतो.

'तुम्ही स्वतःच्या आतल्या आवाजाप्रमाणे वागलात तर तुम्ही अधिक विश्वासपात्र होता,' असे लेखक मीव्ह बिन्ची याने म्हटले आहे. स्वानुभवातून आलेले संदर्भ अधिक स्पष्टपणे मांडता आणि पटवता येतात.

मोदींच्या बोलण्यातूनही छोटे छोटे पण खटकेबाज वाक्प्रचार मोठ्या खुबीने येतात आणि ऐकणाऱ्यांच्या स्मरणात दीर्घकाळ राहतात.

भले भले निष्णात वकीलही कोर्टात न्यायाधीशांसमोर आपले मुद्दे मांडताना वेगवेगळ्या कथानकांचा वापर करत असतात.

अब्राहम लिंकनच्या बाबतीत असाच एक किस्सा घडला आहे. एकदा ते आपल्या अशिलाची बाजू मांडत होते. अशील निरपराध होता, तरीही लिंकन जवळजवळ केस हरायला आले होते. मग त्यांनी संदर्भ दिला,

> 'एकदा एक शेतकरी ओसरीवर बसला होता आणि त्याचा ६ वर्षांचा मुलगा धावत धावत त्याच्याकडे आला आणि म्हणाला, 'बाबा, तुम्ही ज्या माणसाला कामावर ठेवलंय तो माझ्या ताईबरोबर कोठारात आहे. तो त्याची विजार उतरवत आहे आणि ताई परकर वर करत आहे. मला वाटतंय, ते दोघे आता आपल्या गवतावर शू करून सगळे गवत खराब करणार!' शेतकरी म्हणाला, 'बाळ, तू सगळ्या घटना अचूक सांगितल्यास पण त्यांचा अर्थ चुकीचा लावला आहेस!'

ज्युरी सदस्य हसले आणि खटल्याचा निकाल लिंकनच्या बाजूने लागला. अशा प्रकारे येशू ख्रिस्तानेही धर्माची शिकवण देताना नीतिकथांचा उपयोग केला. पुढे बौद्धकथाही आल्या आणि त्यांतील दाखले लोकांना प्रभावित करू लागले. श्रोत्यांशी तादात्म्य साधायचे असेल तर अशा लोककथा, नीतिकथांचा संदर्भ खूप उपयोगी पडतो.

कथांचा संदर्भ दिल्याने माणसांच्या भावनांना हात घालता येतो आणि आपले भाषण लोकांच्या स्मरणात राहते. लोक एक वेळ प्रत्यक्ष घटना विसरतील पण कथा विसरत नाहीत. आणि एकदा कहाणी आठवली की पाठोपाठ त्याच्या संदर्भाने सगळे आठवू लागते. तात्पर्य हे, की मोठे चित्र कधी हरवत नाही. उत्कृष्ट वक्तृत्वाचे हेच द्योतक आहे.

असे भाषण तत्काळ परिणाम करतेच, पण त्याचा परिणाम दूरगामीही असतो.

कोणत्या प्रकारच्या कथा निवडाव्यात ?

कथा आणि भावना यांचा घनिष्ठ संबंध आहे. त्यांचा एकत्रित परिणाम मनात खोलवर होतो. निक मॉर्गनच्या मते संवादशास्त्रानुसार एकूण पाच प्रकारच्या कथा, वाक्प्रचार, घोषवाक्ये संभाषणात उपयोगी पडतात.

१. 'शोध' घेणाऱ्या कथा : अशा कथा श्रोत्याला आपले साध्य प्राप्त करण्यासाठी मार्ग शोधायला मदत करतात.
२. 'अभ्यागताच्या कथा' : म्हणजे एक नवखी व्यक्ती अचानक सगळी परिस्थिती पालटून टाकते. विपरीत परिस्थितीत ती देवदूत बनून येते.
३. 'रंकाचा राव' करणाऱ्या कथा : हलाखीच्या परिस्थितीतून आलेल्या एखाद्याचे नशीब कसे पालटते हे सांगणाऱ्या कथा. यातून सामान्य माणसाला उत्तेजन मिळते आणि त्याची स्वप्ने पूर्ण होण्याची आशा आणि जिद्द त्याच्यात निर्माण होते.
४. 'प्रेमकथा' : एकमेकांतील सख्य आणि वैरभाव सांगणाऱ्या कथांमुळे लोकांना, संस्थांना परस्परसंबंध प्रस्थापित करण्यात, ते टिकवून ठेवण्यात मदत होते, आपले संकल्प पूर्ण करताना वाटेत येणारे चढ-उतार सोसण्याचे बळ मिळते.
५. 'सूडकथा' : आपल्यावर अन्याय झाला असता न्यायासाठी कसे झगडावे याची प्रेरणा या कथांमधून मिळते.

एक चांगला वक्ता योग्य त्या कथेतला संदर्भ उचलून योग्य वेळी योग्य त्या श्रोत्यांसमोर सराईतपणे भाषण करतो. बोलताना ते संदर्भ कोणत्या जागी चपखल बसवायचे हेही त्याला माहीत असते.

नरेंद्र मोदीही आपल्या भाषणांतून अशाच प्रकारे कथा-कहाण्या, ऐतिहासिक वृत्तान्त, वाक्प्रचार इत्यादींचा वापर कौशल्याने करतात. 'रंकाचा राव' या संकल्पनेचा वापर करून ते स्वतःचे उदाहरण देतात, की ते कोणत्या परिस्थितीतून वर आले आणि पंतप्रधान झाले. अर्थव्यवस्थेत सुधारणा करण्यासाठी ते लोकांना आवाहन करतात, की त्यांच्या योजनांचा लोकांनी जास्तीत जास्त प्रचार करावा.

स्वतःचा उल्लेख ते नेहमी, 'एक सामान्य वर्गातला माणूस, एक 'चायवाला' असाच करतात. त्यांच्या स्वतःच्या आयुष्यातील अनुभवांतून सामान्य माणसाला प्रेरणा मिळते आणि मोदींबद्दल आदरही दुणावतो. 'प्रेमकथांचा' वापर करून ते संसदेत विरोधकांबद्दलही बोलतात. ते म्हणतात, ''आमच्यात कितीही मतभेद असले तरीही आम्ही सर्वांना बरोबर घेऊनच वाटचाल करणार आहोत. आम्हाला आमचा दुराभिमान आणि हटवादीपणा बाजूला सारला पाहिजे.'' जुन्या घटनांचा संदर्भ देत ते नेहमीच लोकांना प्रेरित करतात : आपण आपल्या अर्थव्यवस्थेला २ लाख कोटींपासून २० लाख कोटींपर्यंत नेऊ शकत नाही काय? आपण आपल्या १.२५ अब्ज जनसंख्येला ताकद बनवून जगासमोर आणू शकत नाही काय?'

कथाकथन करण्याची कला

मोदींनी आपल्या भाषणांत लघुकथांचा आणि ऐतिहासिक घटनांचा फार सुंदर पद्धतीने समावेश केला आहे. ते स्वतःला आलेले अनुभव कथास्वरूपात मांडतात आणि आपले मुद्दे लोकांच्या मनावर बिंबवतात.

दिल्ली विद्यापीठाच्या श्रीराम वाणिज्य महाविद्यालयात विद्यार्थ्यांशी ते गुजरात मॉडेलविषयी आणि भारताच्या कानाकोपऱ्यांतील शेतकऱ्यांविषयी बोलत होते. त्या वेळी त्यांनी एक जुना किस्सा सांगितला.

> ''मी राजकारणात नसताना महाराष्ट्राच्या सीमेवरील एका आदिवासी भागात वारंवार जायचो. तिथले शेतकरी माझ्याकडे येऊन म्हणायचे, की 'इथल्या रस्त्यांचे काही तरी करा हो!' मी म्हणायचो, 'पण तुमच्या भागात तर चांगले डांबरी रस्ते आहेत की, मग तुम्हाला कसली अडचण आहे?' ते म्हणायचे, 'चांगले रस्ते आहेत, पण आणखी सुधारणा हव्या आहेत. आमच्या इथे पिकवलेली केळी फिनलँडला जातात. सगळी केळी ट्रकमधून पाठवली जातात त्या वेळी २० टक्के तरी केळी रस्त्यांवर पडून सडतात, कारण रस्ते गुळगुळीत नाहीत. आम्हाला फरसबंद[१] रस्ते हवेत.'''

मोदी म्हणत, ''मित्रहो! अजून आपल्या राजधानीतही फरसबंद रस्ते नाहीत. पण

[१]फरसबंद रस्ता– ॲस्फाल्ट जातीच्या खडीचे डांबर एका साच्यात ओतून नंतर रोलरने दाब देऊन असा रस्ता तयार केला जातो. रस्त्यांवर, पुलांवर, पार्किंगच्या जागांवर असे फरसबंदीचे काम केले जाते. Source: https://en.wikipedia.org/wiki/Paver_(vehicle)

या शेतकऱ्यांची दूरदृष्टी पाहा : इतक्या मागासलेल्या जमातीत असूनही त्यांच्या आकांक्षा किती उंचावलेल्या आहेत! माझे देशबांधव जर इतक्या आकांक्षा बाळगून असतील तर मला माझ्या देशाचा भविष्यकाळ उज्ज्वल होताना दिसतोय.''

''उच्च आकांक्षा आणि त्या पुऱ्या करण्याची इच्छाशक्ती या यशाच्या पायऱ्या आहेत. मोठी स्वप्ने पाहिल्याशिवाय, मोठी पावले उचलल्याशिवाय देश प्रगती करू शकत नाही. आता आपली वेळ आली आहे मोठ्या गोष्टी करून दाखवण्याची.''

हा मुद्दा स्पष्ट करताना त्यांनी दक्षिण कोरियाच्या कामगिरीचे उदाहरण दिले. ''आपल्यामागून स्वतंत्र झालेल्या या देशाने ऑलिंपिक स्पर्धांचे यजमानपद भूषवले, आणि जेव्हा त्यांनी समारंभाचे उद्घाटन केले तेव्हा सर्व दुनियेने तोंडात बोटे घातली. दक्षिण कोरियासाठी तो कलाटणी देणारा क्षण ठरला. एक राष्ट्र म्हणून दक्षिण कोरियाचे स्वतंत्र अस्तित्व जगाने मान्य केले. त्यांचा सुवर्णकाळ सुरू झाला होता.''

दिल्लीच्या विद्यार्थ्यांशी बोलताना मोदींनी ही वस्तुस्थिती स्पष्ट केली, की इतरांशी बरोबरी करण्यासाठी भारत कसा सज्ज झाला आहे आणि लोक भारताकडे निराळ्या दृष्टीने कसे पाहू लागले आहेत. ते म्हणाले,

> ''आपण अतिशय आत्मविश्वासाने जगाला सामोरे गेले पाहिजे. आपण जगात कोणापेक्षाही कमी नाही. बिल क्लिंटन जेव्हा भारतात आले आणि जयपूरच्या एका खेड्याला त्यांनी भेट दिली, तेव्हा त्यांना दिसले की तिथल्या महिला संगणक केंद्र चालवत होत्या.
>
> या भेटीमध्ये एक दलित मुलगा आला आणि थेट क्लिंटन यांच्याकडे गेला. सगळे थक्क झाले आणि काळजीत पडले. त्यांना वाटू लागले की हा मुलगा काही तरी असंबद्ध बोलणार आणि लाज आणणार. पण तो जे बोलला त्याने सर्व देशाला चकित करून सोडले. त्याने क्लिंटन यांना विचारले, 'तुम्हाला अजूनही वाटते का की आमचा देश मागासलेला आहे? तुम्हाला अजूनही वाटते का की आमचा देश गरिबीने आणि अंधश्रद्धेने गाळात गेला आहे?' त्या मुलाचे प्रश्न

दुभाष्याने इंग्लिशमध्ये सांगितले तेव्हा क्लिंटन म्हणाले, 'नाही, नाही! मला असे नाही वाटत. मी आता जिथे जाईन तिथे भारताचे खरे चित्र उभे करीन.''

आपले मुद्दे निराळ्याच पद्धतीने जोडण्याची कला मोदींजवळ आहे. संपूर्ण भाषण एखाद्या कथेसारखे मांडणे त्यांना जमते. त्यांनी दिलेले दाखले, कथांचे संदर्भ आणि घटना फार परिणामकारक असतात. भाषणाच्या मूळ विषयाशी त्यांच्या कथा पटकन निगडित होतात.

कथा–घटनांचा आधार घेऊन मनाला भिडेल अशा भाषणातून मोदी आवश्यक तो संदेश बरोबर पोहोचवतात. ते संदेश अतिशय स्वच्छ, निरहंकारी हेतूने दिलेले असतात, ज्यायोगे सामान्य जनता प्रेरित होऊन नवलाईचे काम करून दाखवेल. असाच एक उतारा :

''मी जेव्हा गुजरातचा मुख्यमंत्री होतो तेव्हाची गोष्ट. एके दिवशी एक तरुण मला भेटायला आला. तो जरासा गबाळाच होता. त्याच्या दिसण्याची छाप पडत नव्हती. त्याला धड बोलताही येत नव्हते. तो मूळचा गुजराती होता, पण आफ्रिकेत जन्मला आणि नंतर कॅनडात स्थायिक होऊन तिथेच लहानाचा मोठा झाला. आम्ही काही मिनिटे बोललो; पण नंतर मला वाटले की आपण निष्कारण वेळ फुकट घालवतोय. म्हणून मी त्याला बडोद्याच्या जिल्हाधिकाऱ्यांना भेटायला सांगितले. माझ्या खासगी सचिवाला त्याला घेऊन जायला सांगितले. कारण मला माझा आणखी वेळ वाया घालवायचा नव्हता. जिल्हाधिकाऱ्यांना तसा निरोप गेला आणि हे महाशय माझ्या कार्यालयातून गेले. त्यानंतर १३ महिन्यांनी तो तरुण पुन्हा आला आणि माझ्या सचिवाने सांगितले, की तो आमंत्रण द्यायला आला आहे. मी म्हणालो, 'आमंत्रण? बरं मग त्याला पाठव आत.' तो आत आला आणि मला म्हणाला, 'सर, मी यापूर्वी तुम्हाला भेटलो आहे. आज माझी स्वतःची फॅक्टरी तयार आहे आणि तिचे उद्‌घाटन तुम्ही करावे अशी माझी इच्छा आहे.' मी अवाक झालो. ज्या माणसाला निरुपयोगी म्हणून मी पाठवून दिले होते तोच आज मला उद्‌घाटनाला बोलावत होता. मी आमंत्रण स्वीकारले. त्याने मला सहा महिन्यांनी प्रॉडक्ट लॉन्चसाठीही आमंत्रण दिले. हा तरुण पहिल्यांदा मला भेटला, १३ महिन्यांत त्याने फॅक्टरी उभी केली आणि पुढच्या सहा महिन्यांत माझ्या हस्ते पहिले प्रॉडक्ट लाँचही केले. त्याने काय निर्माण केले माहीत आहे? आज ज्या दिल्ली

मेट्रोमध्ये तुम्ही दिमाखाने प्रवास करता तिचे डबे त्या माणसाने बनवले आहेत!''

हे बोलताना मोदींनी आपल्या सच्चेपणाची, सकारात्मक वृत्तीची आणि नेतृत्वाची चुणूक तर दाखवलीच, पण त्याचबरोबर आपली माणसाची पारख कशी चुकली त्याचीही प्रांजळ कबुली दिली. दहा वर्षे गुजरातचे मुख्यमंत्रिपद भूषवणारे आणि आता भारताचे पंतप्रधान झालेले मोदी इतक्या खुल्या मनाने जनतेसमोर आपली चूक मान्य करतात, की आपल्याला भेटायला आलेल्या माणसाची कुवत आपण ओळखू शकलो नाही. असे किती सत्ताधारी असतील जे जनतेसमोर अशी कबुली देतील? लोकही हाच विचार करतील.

विद्यार्थ्यांशी झालेल्या प्रश्नमंजूषेत असाच एक किस्सा त्यांनी सांगितला. एका मुलाने त्यांना विचारले, ''राजकारणी माणसं मानसिक थकवा कसा सहन करतात?''

मोदींनी उत्तर दिले, ''एकदा तीन वर्षांचा एक मुलगा त्याच्या ताईबरोबर चालत होता. तो चालता चालता इतका थकला की त्याला पुढे चालवेना. बहीणसुद्धा जेमतेम ५ वर्षांची. तिने त्याला कडेवर घेतले आणि ती मैलन्‌मैल चालत राहिली. एका महात्म्याने तिला चालताना पाहिले आणि तिला विचारले, 'बाळ, तुला दम नाही का लागला?' ती म्हणाली, 'तो माझा भाऊ आहे, म्हणून मला अजिबात दम लागलेला नाही.' तसेच हे १.२५ अब्ज लोक माझे कुटुंबीय आहेत म्हणून मीही थकत नाही.''

आपल्या कामगिरीबद्दल माहिती देऊन मोदींनी जनतेला प्रोत्साहित केले आहे. त्यांनी कधीही व्यापार-उद्योगांवर टीका केली नाही. त्यांची टीका त्यांनी सरकारी यंत्रणा, राज्यकारभार आणि विरोधी पक्ष यांच्यापुरतीच ठेवली. विरोधकांवर, खाऊन-पिऊन गब्बर झालेल्या राजकारण्यांवर आणि सरकारी कारभारावर ते घणाघाती टीका करतात. अशा पद्धतीने ते लोकांना विश्वास देतात, की 'मी तुमच्यातलाच एक आहे तुमच्या वेदना मी जाणतो. मीही त्या भोगल्या आहेत, आणि मी तुम्हाला त्यातून बाहेर काढेन. ही ढिसाळ व्यवस्था नष्ट करण्यासाठीच मी इथे आलो आहे.'

भारतीय सॉफ्टवेअर कंपन्यांना आणि आपल्या तरुणांना श्रेय देत मोदींनी देशात आणि परदेशांत अनेक बहारदार किस्से सांगितले आणि लोकांना कसे प्रोत्साहित केले याचेच हे उदाहरण :

> ''१५ वर्षांपूर्वी मी तैवानला गेलो होतो. माझ्याबरोबर एक दुभाष्याही होता. प्रवासादरम्यान आम्ही दोघे एकमेकांना चांगले परिचित झालो. त्यामुळे त्याने एकदा घाबरत घाबरत विचारले, 'सर, तुमची हरकत नसेल तर एक विचारू का?' मी म्हणालो, 'विचार की काय विचारायचंय.' त्याने विचारले, 'तुमच्या देशात अजूनही साप आणि गारुडी आहेत का हो? तुम्ही अजूनही अंधविश्वास, भूतेखेते आणि चमत्कार मानता?' मी म्हणालो, 'नाही हो! आता आम्ही त्या संकल्पना बाद केल्या आहेत.' त्याने माझ्या म्हणण्याचा अर्थ विचारला तेव्हा मी उत्तर दिले, 'आमचे पूर्वज नागांना वगैरे वश करत असत. आमच्यात ती क्षमता नाही. आता आम्ही उंदरांना वश करतो.' मित्रांनो, खरं तेच बोललो की नाही? आपली तरुण पिढी संगणकाच्या उंदराला- म्हणजे 'माऊस'ला हातात नाचवत दुनिया इकडची तिकडे करते की नाही? ही तरुणाईची ताकद! त्यांनी जगाची भारताकडे बघण्याची दृष्टीच बदलून टाकली आहे.''

या अशाच साध्या-सुलभ शैलीमुळे तरुणांना नवचैतन्य मिळते, त्यांचे मनोबल वाढते आणि अशा खुमासदार प्रसंगांमुळे त्यांच्या ओठांवर हसूही येते.

श्रोत्यांच्या मनावर गारूड करणारे प्रसंग भाषणात गुंफण्याची एकही संधी मोदी सोडत नाहीत. त्यांनी स्वतःला लोकांपुढे अशा रीतीने उभे केले आहे की त्यांच्यातील ज्ञानपिपासू विद्यार्थी सर्वांना दिसून येतो.

चीनमध्ये स्थायिक झालेल्या भारतीय जनतेशी शांघायमध्ये झालेल्या संमेलनात मोदींनी भाषण केले. त्या वेळी त्यांनी जो प्रसंग रंगवून सांगितला त्याने श्रोते भारावून तर गेलेच, पण मोदींनी त्यातून एक छुपा संदेशही दिला.

> ''मी जेव्हा पंतप्रधानपदावर नियुक्त झालो तेव्हा चीनचे अध्यक्ष शी जिनपिंग यांनी फोन करून माझे अभिनंदन केले. त्या वेळी त्यांनी सांगितले, की त्यांनी माझ्याबद्दल थोडी माहिती गोळा केली होती. माझे जन्मगाव त्यांना माहीत झाले होते. ते जेव्हा भारतात आले आणि त्यांनी गुजरातला भेट दिली त्या वेळी त्यांना

> माझ्या गावीही जायची इच्छा होती; पण वेळेअभावी जमले नाही. (थांबून) लोकांना असे वाटते, की भगवान बुद्धांचा प्रभाव केवळ पूर्वेकडील भारतीयांवरच होता. एक चिनी तत्त्वज्ञ शुआन झँग हे बऱ्याच वर्षांपूर्वी भारतात आले होते, त्या वेळी त्यांनी माझ्या जन्मगावी, वडनगरला भेट दिली. त्यांनी लिहिलेल्या पुस्तकात हा उल्लेख केला, की इथे बौद्ध भिक्षुकांसाठी राहण्याची सोय असलेली शिक्षणसंस्था होती.
>
> मी जेव्हा गुजरातचा मुख्यमंत्री होतो तेव्हा या भागात खोदकाम करण्याची मी सरकारला विनंती केली. आणि आश्चर्याची गोष्ट अशी, की शुआन झँगच्या पुस्तकात नोंद केलेल्या त्या सर्व वास्तू- त्या इमारती, आश्रम व काही शोभेच्या वस्तू यांचे अवशेष सापडले.
>
> शी जिनपिंग यांनी मला सांगितले, की त्यांच्याकडे शुआन झँगचे ते पुस्तक आहे ज्यात त्यांनी खूण करून ठेवली आहे. शुआन झँग वडनगरहून चीनमध्ये परतले आणि नंतर त्यांनी अध्यक्षांच्या गावी भेट दिली. तिथेही मोठे बौद्धमंदिर होते. त्यांनी लिहिलेल्या पुस्तकातले खूण केलेले पान दाखवत अध्यक्षमहोदय म्हणाले, की हे पाहा, शुआन झँगनी तुमच्या आणि माझ्या जन्मगावाची नोंद केली आहे. दोन राष्ट्रांच्या प्रमुखांमध्ये जर असा बंधुभाव निर्माण झाला, जवळीक निर्माण झाली तर दोन देशांमध्ये सामंजस्य प्रस्थापित होईल.''

पुढे चीनमधील स्थायिक भारतीयांच्या अनुषंगाने मोदी बोलले, ''चीनमध्ये येण्यापूर्वी तुम्ही विचारात पडला असाल, की चिनी लोक काय खात असतील, त्यांच्या पद्धती कशा असतील, हो की नाही? पण इथे आल्यानंतर तुम्ही सगळे विसरून रुळलात की नाही? दोन देशांमध्ये तुम्ही लोक जो बंधुभाव निर्माण करू शकता तो ना नरेंद्र मोदी करू शकतो ना कोणी प्रतिष्ठित अधिकारी.''

एकाच मुद्द्यात मोदींनी दोन्ही पक्षी मारले. स्थलांतरित भारतीय आणि चिनीवासीयांचे नाते जोडले. चिनी वरिष्ठांना एक इशाराही मिळाला, की दोन्ही देशांमध्ये कायमस्वरूपी आणि हितकारक असा सलोखा घडून यावा अशी त्यांची इच्छा आहे.

अर्थपूर्ण संदर्भ आणि स्वानुभवाचे दाखले पेरून भाषण करण्याची कला फार

थोड्या नेत्यांजवळ असते; पण मोदी या कलेत मातब्बर आहेत. वक्ता होऊ पाहणाऱ्या प्रत्येकाने त्यांच्यापासून धडा घ्यावे असे त्यांचे कथन असते.

उपमा आणि रूपक अलंकारांचा भाषणात प्रयोग

तुलनात्मक उपमा देण्यात मोदी निष्णात आहेत. उदाहरणार्थ, ते म्हणतात, ''आपल्याला असे जनआंदोलन करायचे आहे जसे महात्मा गांधींचे स्वातंत्र्य आंदोलन होते.''

जर दोन समतुल्य घटनाच समोरसमोर आल्या तर? उदा. 'तळ्याचे पाणी इतके स्थिर होते की जसे एका शल्यविशारदाचे हात असतात.' दुसरे वाक्य, 'तळ्याचे पाणी एखाद्या पुतळ्याप्रमाणे स्थिर होते.' यातली कोणती उपमा तुम्ही निवडणार? सोपे उत्तर असे, की जे तुमच्या विषयाच्या जास्त जवळ जाईल ते निवडा. जर तुम्ही एखाद्या वैद्यकीय विषयावर बोलत असाल तर पहिले वाक्य बरोबर आहे आणि जर स्थापत्यशास्त्र किंवा अभियंत्यांविषयी बोलत असाल तर दुसरी उपमा योग्य वाटेल. हेच जर तुम्ही आध्यात्मिक व्यक्तींशी बोलत असाल तर काय म्हणाल? 'तलावाचे पाणी इतके स्थिर होते की जणू समाधिस्थ योग्याचे मन असावे.'

रूपक अलंकारांचा वापर

सादरीकरण आणि विक्री विशेषज्ञ ॲनी मिलर लिहितात, ''कल्पनाविलास- जो रूपक अलंकाराचा विशेष पैलू आहे- वाचकांवर पकड मिळवू शकतो, शब्दांचा अर्थ आणखी खुलवू शकतो, वाचकांना खिळवून ठेवू शकतो. हे नुसत्या एकसुरी स्पष्टीकरणाने साध्य होत नाही. कृत्रिम नव्हे पण सहज अशा अलंकारिक भाषेत तुम्ही बोललात तर तुम्ही सामान्य वक्त्यांपेक्षा निराळे व्हाल, तुमचा आवाज आजूबाजूच्या गोंधळातही ऐकू येईल आणि तुम्हाला असामान्यत्त्वाचा दर्जा लाभेल. परिणाम साधणारे वक्ते म्हणून तुम्ही ओळखले जाल.[२]

योगाभ्यासाची ताकद समजावून सांगताना मोदींनी एक वेगळेच रूपक केले. ते

[२]http://www.annemiller.com/default.asp

म्हणाले, ''लोक मोबाइल खरेदी करतात. पण त्याच्याबरोबर आलेली उपयोजन पुस्तिका (यूजर मॅन्युअल) कधीच वाचत नाहीत. तसेच, देवाने आपल्याला हे जीवन दिले, पण आपण त्याचे 'मॅन्युअल' न वाचताच जगत राहतो. आणि 'योगाभ्यास' हे मॅन्युअल वाचायचे साधन (मॅन्युअल) आहे.''

कठीण विषयही सोपे करून सांगण्यासाठी रूपके उपयोगी पडतात. कथांप्रमाणेच रूपकांमध्ये आपल्या उजव्या मेंदूला चालना देण्याची (संकल्पनांचा उगम उजव्या मेंदूत होतो असे शास्त्रात सांगितले आहे.) आणि कल्पनाशक्ती जागृत करण्याची शक्ती असते. डाव्या मेंदूतील तर्कवितर्क बाजूला ठेवून श्रोत्यांना भाषणात गुंतवण्याचे काम रूपके करतात.

साध्या शब्दांत सांगायचे झाले, तर मनातल्या विचारांची दुसऱ्या गोष्टींशी तुलना करून मांडण्याचा मार्ग म्हणजे रूपक. उदाहरणार्थ, पाब्लो पिकासोने माणसाच्या दैनंदिन आयुष्यावर कलेचा प्रभाव कसा असतो त्याबद्दल खूप सुंदर रूपक केले आहे. तो म्हणतो, 'कला आपल्या आत्म्यावर साचलेली एकसुरी जीवनाची धूळ झटकून टाकते.' लोकांच्या मनात घिरट्या घालणाऱ्या विचारांचे परिवर्तन शब्दांमध्ये कसे होते याबद्दल खलील जिब्रान उपरोधिक पण फार सुंदर भाष्य करतात, 'मनात चाललेल्या (विचाररूपी) मेजवानीतील खाली सांडलेले खरकटे कण म्हणजे शब्द!'' अशा प्रकारची मनोवेधक आणि प्रभावी रूपके आजकाल कोण करतो?

इस्रोच्या यशस्वी मंगळवारीबद्दल सर्व शास्त्रज्ञांचे अभिनंदन करताना मोदी म्हणाले, ''आज मॉम (आई) मंगळाला भेटली आणि मंगळाला मॉम मिळाली!'' मॉम ह्या लघुरूपावर मोदींनी 'आई'चे रूपक केले. त्यांची ही उक्ती प्रत्येक भारतीय हृदयाला भिडली. ते म्हणाले, ''मॉम कधी निराश करत नाही.''

घोषवाक्ये आणि एका ओळीची सुभाषिते

घोषवाक्ये

भाषणांत घोषवाक्ये असली की शब्दांना जोर येतो आणि ऐकणाऱ्यालाही स्फुरण चढते. राजकारण असो, उत्पादनाचा प्रचार किंवा विक्री असो, जाहिरात असो

अथवा खासगी बैठकीतील सादरीकरण असो- घोषवाक्ये नेहमीच उपयोगी ठरतात. घोषवाक्याचा विषय पक्का हवा, तसेच ते उठावदारही असायला हवे. शैली हा घोषवाक्याचा महत्त्वपूर्ण घटक आहे. विषय त्यानंतर येतो. 'शैली' उठावदार असली तर घोषवाक्याला लय येते, नाद येतो. ते लक्षात ठेवायला आणि म्हणायलाही सोपे जाते. 'विषय' शैलीमागून येत असला तरी तात्पर्य हे, की घोषवाक्य हे अर्थपूर्ण असले पाहिजे.

उदाहरणार्थ : हो, आपण करू शकतो! (येस, वुइ कॅन!) या छोट्याशा पण अर्थपूर्ण वाक्याने बराक ओबामा हे नाव सर्वतोमुखी झाले. घोषवाक्याची शैली ठरवणे ही एक कला आहे. ते कसे तयार करायचे याला एकच असे सूत्र नाही, की आता अमुक एक सूत्र वापरले आणि एक घोषवाक्य तयार झाले. घोषवाक्य तयार करणे हे एखाद्या पुस्तकाला शीर्षक देण्यासारखे असते. जसे अमुक एक सूत्र वापरल्याने चित्रपट 'हिट' होत नाही किंवा तमुक एक सुरावट वापरली की गाणे 'हिट' होत नाही. अँड्रिआ बोसेलीने गायलेले आणि कॉन्स्युलो व्हेलॅक्वेझने लिहिलेले 'बिसेम मुचो' हे १९४० सालातले गाणे आजही लोकांच्या ओठांवर कसे राहते? किंवा बीटल्सचे 'इट्स अ हार्ड डेज नाइट' या गाण्याची भुरळ आजही कशी पडते हे भल्या भल्या कलाकारांना उमजलेले नाही.

सरतेशेवटी, घोषवाक्य कसे हवे? तर लक्षवेधी आणि अविस्मरणीय. ते फार लांबलचक नसावे. कमी शब्दांत नेमका संदेश सांगणारे हवे.

१९९७ साली ब्रिटनमध्ये झालेल्या लोकसभा निवडणुकांमध्ये ब्रिटिश कामगार संघटनेने 'ब्रिटनला चांगल्याची गरज आहे' (ब्रिटन डिझर्व्हज् बेटर) हे घोषवाक्य तयार केले. अमेरिकेच्या टेक्सास शहरातील नागरिकांनी 'डोंट मेस विथ टेक्सास' हे घोषवाक्य सार्वजनिक ठिकाणी कचरा करणाऱ्यांविरुद्ध एका चळवळीत वापरले. साम्यवादाच्या विरोधात 'लालपेक्षा (कम्युनिस्ट झेंड्याचा रंग) मरण चांगले'(बेटर डेड दॅन रेड) या घणाघाती वाक्याने क्रांती घडवली, तर यूएसच्या रिपब्लिकन पक्षाने स्थानिक उत्पादनासाठी 'खोदा, अधिक खोदा' (ड्रिल बेबी ड्रिल) हे घोषवाक्य वापरून आंदोलन पुकारले. भारताच्या स्वातंत्र्यसंग्रामात सुभाषचंद्र बोस यांनी 'तुम मुझे खून दो, मैं तुम्हें आझादी दूँगा' या वाक्याने लोकांना प्रेरित केले.

मोदींच्या अविस्मरणीय घोषवाक्यांपैकी काही म्हणजे- 'शून्य दोष शून्य परिणाम' (झीरो डिफेक्ट झीरो इफेक्ट). त्यांनी उद्योगसमूहांना आवाहन केले, की तयार होणाऱ्या उत्पादनात कोणतीही त्रुटी असू नये (झीरो डिफेक्ट) आणि त्या उत्पत्तीमुळे पर्यावरणाला हानी पोहोचू नये (झीरो इफेक्ट). 'लोकशाही, लोकसंख्या, मागणी' (डेमोक्रसी, डेमोग्राफी, डिमांड) या त्रयोक्तीच्या आधारे त्यांनी भारताच्या सक्षमतेची व्याख्या केली.

देशाच्या कृषिजनांना प्रेरणा देताना ते म्हणतात, 'प्रत्येक थेंबातून भरघोस पीक' (मोअर क्रॉप पर ड्रॉप) आणि देशाच्या लोकसंख्येबद्दल व तरुणांच्या कार्यक्षमतेबद्दल ते म्हणतात, 'लोकशाहीवादी लाभांश' (डेमोग्राफिक डिव्हिडंड).

सुभाषिते आणि लघुविचार

घोषवाक्ये ही जोशपूर्ण असतात, लोकांच्या उद्वेगाला वाट करून देणारी असतात, पण सुभाषिते किंवा लघुविचार हे तत्त्वज्ञान सांगणारी छोटी छोटी अर्थपूर्ण विधाने असतात.

आपले विचार आणि दृष्टिकोन पोहोचवण्यासाठी बहारदार शैलीची घोषवाक्ये आणि सुभाषिते तयार करण्याची क्षमता मोदींनी दाखवून दिली आहे. देशसेवेचा आपला हेतू लोकांसमोर सांगताना ते म्हणतात, 'मी पंतप्रधान नाही, प्रधान सेवक आहे.' (मै प्रधानमंत्री नहीं, प्रधान सेवक हूँ।) उत्तमोत्तम हिंदी सुभाषितांपैकी हे एक गणले जाते.

उत्पादनक्षमता वाढावी, पाण्याचा अपव्यय टाळून जास्तीत जास्त विनियोग व्हावा यासाठी काय करता येईल, यावर शेतकरी आणि शास्त्रज्ञ या दोन्ही घटकांना मोदींच्या 'प्रत्येक थेंबातून भरघोस पीक' (मोअर क्रॉप पर ड्रॉप) या घोषवाक्यानेच एकत्र येण्यास उद्युक्त केले.

आणखी एक असाच प्रभावी मोदीविचार आहे, 'मला देशासाठी मरण्याची संधी तर मिळाली नाही, पण माझ्याकडे देशासाठी जगण्याची संधी आहे.' आणखी एक लोकप्रिय कोटी म्हणजे सरकारने व्यवसाय-उद्योगात का पडावे- 'द गव्हर्नमेंट हॅज नो बिझनेस टु बी इन बिझनेस.'

वक्तृत्वकलेचा धनी

भाषेतील निबंधवाङ्मय आणि अलंकृतींचा वापर करून मनोवेधक आणि परिणामकारक असा संवाद साधणे (बोलून अथवा लिहून) म्हणजे वक्तृत्वकला. या कलेच्या आधारे एका वक्त्याला आपले विचार आणि हेतू लोकांच्या मनावर बिंबवता येतात.

विन्स्टन चर्चिल, हॅरी एस ट्रुमन यांसारख्या मुत्सद्दी नेत्यांनी आपल्या वक्तृत्वकलेचा वापर करून अनेक अविस्मरणीय आणि मंत्रमुग्ध करणारी भाषणे केली आहेत.

दुसऱ्या महायुद्धात जर्मनीने शरणागतीचा निर्णय घेतला, त्याबद्दल हॅरी ट्रुमन म्हणाले, ''एकाच ध्येयाने झपाटलेल्या सैनिकांच्या त्यागामुळे, समर्पणामुळे आणि देवाच्या साहाय्याने हे शक्य झाले आहे. जर्मनीने बिनशर्त शरणागती पत्करली आहे.''

काही उत्कृष्ट वक्ते आपली भाषणे स्वतःच लिहून काढतात, तर काहीजण स्वतःला जे म्हणायचे आहे ते लेखनिकांकडून लिहून घेतात. विन्स्टन चर्चिल यांनी स्वतःची भाषणे कायम स्वतः लिहिली, आणि त्यातला शब्दन् शब्द स्वतः लिहिल्याचा त्यांना अभिमान होता. ते म्हणत, की त्यांच्या एकेका मिनिटाच्या भाषणासाठी ते एकेक तास तयारी करत. चर्चिल यांना ज्यांनी भाषणे तयार करताना पाहिले आहे ते लोक वर्णन करून सांगत, की ती सगळी प्रक्रिया म्हणजे एक सुंदर प्रवास असे. न्यूयॉर्कच्या मॉर्गन ग्रंथालयात हस्तलिखितांचे लेखापाल म्हणून डिक्लॅन कीली ह्यांनी काम केले. ते म्हणत, ''चर्चिलच्या भाषणाचा कच्चा मसुदा साधा सरळ असतो, पण संपूर्ण भाषण तयार झाले की ती एक कविता वाटते.''

नरेंद्र मोदींनीही वक्तृत्वकलेवर आपली छाप उमटवली आहे आणि ते त्यांच्या छोट्या छोट्या वाक्यरचनांमधूनही दिसून येते. न्यूयॉर्क येथे मॅडिसन स्क्वेअर गार्डनमध्ये अमेरिकेतील भारतीयांशी संवाद साधताना मोदी म्हणाले, ''निवडणुकांच्या वेळी तुमच्यापैकी बरेचजण मतदान करू शकले नाहीत, मला

माहीत आहे. पण मला खात्री आहे, की निकालाच्या दिवशी तुम्ही झोपूही शकला नसाल.'' या वाक्यावर सर्वांनी टाळ्यांच्या गजरात 'मोदी' नामाचा जयघोष केला. लोकांचा तो आवेश ओसरेपर्यंत काही क्षण मोदी थांबले आणि मग पुढे म्हणाले, ''एकाही राजकारणी ज्योतिष्याला निकालाचे भाकीत करता आले नाही. आमच्या गरीब गावकऱ्यांनी सगळी भाकिते, अंदाज खोटे ठरवले.''

आपल्या कर्तव्याचे आश्वासन जनतेला देत मोदी म्हणाले,

> ''आम्ही तुम्हाला कधीच निराश करणार नाही. तुमची मान शरमेने खाली जाईल असे कोणतेही काम आम्ही करणार नाही. ही एक खूप मोठी जबाबदारी आहे. पंतप्रधान झाल्यापासून मी १५ मिनिटांचीही सुट्टी घेतलेली नाही. मुख्यमंत्री असताना मी म्हटले होते, की ज्यांना ज्यांना भारतात परतायचे असेल त्यांनी लवकर या. आता तुम्हालाही आपला एक पाय भारतात असावा असे वाटतेय ना?''

अशाच एका भाषणात त्यांनी आपले संवादकौशल्य सिद्ध केले आणि श्रोत्यांना भारावून टाकले. ''अमेरिका हे सर्वांत जुने लोकतंत्र पण भारत हे सर्वांत मोठे लोकतंत्र आहे. साऱ्या जगातील नागरिक अमेरिकेत राहतात, पण भारतीय नागरिक जगातील प्रत्येक देशात राहत आहेत.''

अमेरिकेतील भारतीयांच्या कामगिरीचे कौतुक करताना मोदी म्हणाले, ''तुम्ही तेच खाता जे आम्ही खातो. तुम्हीही तेच पिता जे आम्ही पितो. तुम्ही हे सगळे करू शकता, मग आम्ही का नाही?''

इस्रोच्या मंगळमोहिमेबद्दल कौतुक करताना ते म्हणाले,

''तुम्ही गुजरातमध्ये जर रिक्षाने फिरलात तर तुम्हाला प्रति किलोमीटर १० रुपये भाडे पडते. पण मित्रांनो! आपण मंगळावर केवळ ७ रुपये प्रति किलोमीटरमध्ये जाऊन आलो! एका हॉलिवुड चित्रपटाच्या खर्चापेक्षाही स्वस्त काम झाले आहे; आणि आपण हे पहिल्याच प्रयत्नात हे करून दाखवले आहे!''

देशाची कामगिरी अशा साध्या-सोप्या शैलीत मोदींनी जगापुढे मांडली.

आर्थिक व्यवहारांबद्दल मत व्यक्त करताना ते म्हणाले, ''आपल्या बँकांना राष्ट्रीय दर्जा केव्हाच मिळालाय. तरी अजूनही ५० टक्के लोकांनी खातीच उघडली नाहीत. अजूनही कर्ज काढण्यासाठी गरीब जनता सावकाराकडेच जाते.''

स्वयंरोजगाराचा पुरस्कार करताना ते म्हणाले, ''नोकरीच्या संधी शोधत बसू नका, त्या निर्माण करा.''

उत्तम राज्यकारभाराबद्दल त्यांनी त्यांचे विचार मांडले, ''पूर्वीच्या सरकारने कायदे बनवण्यात धन्यता मानली. पण मला जुने कायदे मोडीत काढून सुटसुटीत शासनव्यवस्था आणायची आहे.''

आपण आपला सरकारी कारभार आणखी सक्षम कसा केला याबद्दल ते म्हणाले, ''मी काही बातम्या वाचल्या तेव्हा त्यात लिहिलेले होते, की सरकारी कर्मचारी आता वेळेवर कार्यालयात येतात. ही काय बातमी झाली का हो? मला ते वाचून फार वेदना झाल्या.''

या शब्दांतून त्यांनी दाखवून दिले, की कारभाराची घडी किती व्यवस्थित बसवली गेली आहे आणि याआधीच्या सरकारला जे साधले नाही ते आता घडले आहे. म्हणूनच भारतीयांसाठी ही एक बातमीच आहे!

अमेरिकेत त्यांनी विचारले, ''तुम्हा सर्वांना गंगास्नान करायचे आहे का? मग ती स्वच्छ ठेवायला हवी ना? सर्वांनी पुढे या आणि मदत करा. कराल मदत?'' हे ऐकून श्रोत्यांनी 'मोदी... मोदी...' असा जयघोष केला.

''गंगा नदी स्वच्छ करणे हे खूप कठीण काम आहे. 'तुम्ही अशी अवघड कामे अंगावर का घेताय?' मला असे विचारणाऱ्यांना मी सांगतो, तुम्ही मला छोटी आणि सोपी कामे करण्यासाठी निवडून दिलेले नाही.''

महान नेते काळाचा प्रवाह अचूक ओळखतात, जनतेची मानसिकता ओळखतात, समस्यांचे गांभीर्य ओळखतात आणि ते त्यांच्या वक्तृत्वातून व्यक्त होते.

जेव्हा हिटलरचे सैनिक युरोपमध्ये देशांमागून देश पादाक्रांत करत चालले होते,

तेव्हा १३ मे १९४० या दिवशी झालेल्या लोकसभेत विन्स्टन चर्चिल यांनी सर्व ब्रिटिशांना व मित्रपक्षियांना (अॅलाइज्) सत्य सांगितले. ते म्हणाले की, ''रक्त, श्रम, अश्रू आणि घाम यांव्यतिरिक्त मी तुम्हाला आज काहीही देऊ शकत नाही.'' हे शब्द इतिहासात कोरले गेले आणि दुसऱ्या महायुद्धात ब्रिटिश आणि मित्रपक्षीय सैन्याने स्वतःच इतिहास लिहून दाखवला. चर्चिलनी ब्रिटिश जनतेसमोर अतिशय साध्या-सरळ शब्दांत सत्य मांडले.

मोदींनीही भारतीय जनतेसमोर अशाच प्रकरे सत्यकथन केले. 'नागरी सेवा-दिनानिमित्त' नगरसेवकांना उद्देशून मोदी म्हणाले, ''२००१ सालापर्यंत दुष्काळ आणि महापूर या दोनच गोष्टींकडे राष्ट्रीय आपत्ती म्हणून पाहिले जायचे. कारण या संकटांमुळे शेतीचे नुकसान व्हायचे. पण गुजरातच्या भूकंपाने हे दाखवून दिले, की अशीही आपत्ती सामान्य माणसांवर कोसळू शकते; आणि आपल्याला शेतीपलीकडे या आपत्तींचापण विचार केला पाहिजे.''

श्रीराम कॉलेज ऑफ कॉमर्स (एसआरसीसी)च्या विद्यार्थ्यांना ते म्हणाले, ''लोक पाण्याच्या पेल्याकडे अर्धा भरलेला किंवा अर्धा रिकामा म्हणून पाहतात. मी तिसऱ्याही दृष्टीने पाहतो. पेला अर्धा पाण्याने आणि अर्धा हवेने भरला आहे.'' या वाक्यावर टाळ्यांचा कडकडाट झाला.

२६ जानेवारी २०१५ रोजी अमेरिकेमध्ये झालेल्या संमेलनात अध्यक्ष बराक ओबामांच्या उपस्थितीत मोदी म्हणाले, ''आपण दोन सर्वांत मोठी प्रजासत्ताक राष्ट्रे आहोत आणि तुमच्या लागोपाठ दोन भारतभेटींमुळे हेच सिद्ध होते की दोन्ही राष्ट्रांमधले संबंध दृढ होत आहेत. आपल्या वाढत्या सहभागामुळे ही भागीदारी अधिक मजबूत होत चालली आहे. अध्यक्ष बराक ओबामा आणि मी- आमच्यात हॉटलाइन तयार होणार असे दिसतेय.''

मोदींच्या सर्व भाषणांतून भारतीयांना स्वतःची क्षमता ओळखू येते. निराशेच्या गर्तेत असूनही मोदी पुनःपुन्हा बोलत राहतात, की 'देश पुढे जाण्याची अजूनही आशा आहे.'

टोरोंटोत झालेल्या संमेलनामध्ये कॅनडातील सर्व भारतीयांना ते म्हणाले,

> ''निवडणुका भारतात होत होत्या पण जयजयकार इथून होत होता. निकाल तिकडे जाहीर होत होता आणि पेढे इथे वाटले जात होते. तिकडे दिवसा विजयोत्सव साजरा होत होता तर इथे तो रात्री साजरा झाला.
>
> तरीही लोक म्हणतात, की सरकार बदलले म्हणून काय बदलले? अहो, मी सांगतो, या दहा महिन्यांमध्ये जनतेचे मनसुद्धा बदलले आहे. त्यांना परिवर्तन हवे आहे.''

यावर भाष्य करताना मोदी, कवी प्रदीप यांच्या 'नास्तिक' (१९५४) या हिंदी चित्रपटातील 'देख तेरे संसार की हालत क्या हो गयी भगवान, कितना बदल गया इन्सान' या गीताचा संदर्भ देत म्हणाले,

> ''आता माणसं किती चांगली झाली आहेत! मी बँकेच्या अधिकाऱ्यांना विनंती केली, की त्यांनी गरिबांना शून्य रुपये ठेवीवर खाती उघडून द्यावीत. १०० दिवसांत १४ कोटी खाती उघडली गेली. ही संख्या कॅनडातील लोकसंख्येपेक्षा तिप्पट आहे. गरिबांजवळ पैसा नाही, पण त्यांची श्रीमंती कशी आहे पाहा... सर्वांचे मिळून १४ हजार कोटी रुपये बँकांमध्ये जमा झालेत. सरकार बदलले तर जन-मनही बदललेय!''

मोदींची भाषणे सर्वव्यापी नसतील, पण सगळी पटण्यासारखी असतात. कथा, उपमा, रूपके आणि सादरीकरण या घटकांवर भाषणांची गुणवत्ता मोठ्या प्रमाणावर अवलंबून असते. हे सर्व घटक आशयाला जोडून कसे आणायचे, ही खरोखर एक कलाच आहे. भारताच्या राजकारणविश्वात जनतेचा विश्वास संपादन करण्यासाठी आणि जनतेला प्रेरित करण्यासाठी अशी वक्तृत्वकला साधणारे नेते विरळाच; पण हे नरेंद्र मोदींना साधले आहे. सकारात्मक संभाषणकला वापरून मोदींनी राजकारणाच्या जगतात एक नवा पायंडा पाडला आहे.

उत्तम वक्त्याकडून मिळणारे वक्तृत्वकौशल्याचे आणि नेतृत्वाचे धडे

- थोर वक्ते आपल्या भाषणांत ऐतिहासिक संदर्भ आणि आपल्या आयुष्यातील किस्से सांगून भाषणांची रंगत वाढवतात. अलंकार, सुभाषिते आणि घोषवाक्ये वापरून आपला मुद्दा ते श्रोत्यांच्या मनावर ठसवतात. स्वतःच्या आयुष्यातील संदर्भ देऊन ते श्रोत्यांच्या आणखी जवळ जातात.
- अशा वक्त्यांना जो संदेश श्रोत्यांपर्यंत पोहोचवायचा असतो त्यासाठी नेमक्या जागी नेमके संदर्भ आणि दाखले ते देतात. नरेंद्र मोदीही मोठ्या खुबीने असे संदर्भ देऊन विविध पातळीवरच्या श्रोत्यांशी संवाद साधू शकतात. त्या कलेवर त्यांनी प्रभुत्वच मिळवले आहे.
- प्रत्येक होतकरू वक्त्याने उपमा, अलंकारांचा वापर करायला शिकलेच पाहिजे. विशिष्ट श्रोतृवर्गाची मानसिकता काय आहे हे ओळखून त्यांना जे आवडेल आणि पटेल अशाच उपमा मोठमोठे वक्ते वापरतात. उपमा अलंकार हे विषयानुरूप आणि श्रोत्यानुरूप बदलता आले पाहिजेत.
- घोषवाक्ये ही भाषणाला धार आणतात. चांगली घोषवाक्ये ही दीर्घकाळ स्मरणात राहतात आणि वक्त्याची ओळख तयार करतात, पर्यायाने वक्त्याचाही कार्यभाग साध्य करायला मदतच करतात. घोषवाक्ये ही जोशपूर्ण असायला हवीत, ऐकायला दमदार हवीत आणि लक्षात ठेवायलाही सुटसुटीत हवीत. दमदार घोषवाक्यांमध्ये परिणामकता असते आणि ती घोषवाक्ये भावणारीही असतात.
- योग्य त्या कथांचे संदर्भ भाषण तयार करताना तुलनेने सोपे असतात. अवघड भाग पुढे असतो. ती कथा कशा पद्धतीने सादर केली जाईल यावर सगळा परिणाम अवलंबून असतो. थोडासा अभिनय आणि संवादांची फेक हे घटक यात फार महत्त्वाचे असतात. श्रोत्यांना शेवटपर्यंत खिळवून ठेवायचे असते. नरेंद्र मोदी हे फार हुशारीने साध्य करतात.

- विन्स्टन चर्चिल, हॅरी ट्रुमन, जॉन केनेडी यांसारख्या वक्त्यांनी भाषणकौशल्यावर प्रभुत्व मिळवले. मागील शतकातले ते सर्वांत प्रभावशाली वक्ते होते. भाषेतील अलंकार आणि इतर निबंधवाङ्मयाचा खुबीने प्रयोग करण्यात त्यांचा हातखंडा होता. लाखो लोकांसमोर आपला सच्चेपणा आणि प्रामाणिकपणा दिसून यावा यासाठी त्यांनी खूप मेहनत घेतली. ज्यांना चांगला वक्ता व्हायचे आहे त्यांनी या लोकांची भाषणे जरूर ऐकावीत.

***

६

आशा–आकांक्षांची तीव्रता

तत्त्व. धोरण. कृती. साधेपणा

'आपण मर्यादित निराशेचा स्वीकार करणे आवश्यक आहे, पण कधीही अमर्याद आशा सोडू नये!'
–मार्टिन ल्युथर किंग, ज्युनियर

आपल्यापैकी बहुतेकांकडे अनेक कल्पना असतील; पण त्या सरळसोटपणे लाखो लोकांसमोर मांडण्याची आणि आपल्या शब्दांमधून इतक्या लोकांच्या मनात आकांक्षा निर्माण करण्याची क्षमता कितीजणांजवळ असेल?

मोदींच्या तत्त्वांनी, कल्पनांनी आणि त्या साकार करण्याच्या मार्गांनी भारताच्या राजकारणविश्वात नवचैतन्य आणले आहे, जगातल्या सर्वांत मोठ्या प्रजासत्ताक देशात आशा निर्माण केली आहे आणि लाखो नागरिकांच्या मनातल्या आकांक्षांना प्रेरणा मिळाली आहे.

जवळपास गेल्या सत्तर वर्षांपासून राजकारणाकडे बघण्याचा लोकांचा जो निराशावादी दृष्टिकोन होता तो मोदींनी बदलला. वर्षानुवर्षे ऐकवत आलेल्या त्याच त्याच पोकळ आश्वासनांना जनता कंटाळून गेली होती. वारंवार विश्वासघात करणाऱ्या नेत्यांवर रुष्ट झाली होती.

प्रत्येक नेत्याच्या आणि पक्षाच्या सर्व हालचालींवर जनतेचे बारीक लक्ष असते. राजकारणी लोकांचा शब्द न् शब्द प्रकाशात आणायला प्रसारमाध्यमे तर टपून

बसलेली असतात. अशा परिस्थितीत एखाद्या पक्षाने ठामपणे आणि आत्मविश्वासाने उभे राहून निकराने झुंजले पाहिजे, जे मोदींनी करून दाखवले. त्यांच्या पारदर्शी विचारसरणीचे आणि निर्णयात्मक कृतीचे दर्शन सर्वांनाच झाले आहे.

उपाय : चाकोरीबाहेरचे की चाकोरीतले ?

चाकोरीबाहेर जाऊन विचार करणे हा व्यवस्थापनाचा एक भाग आहे, आणि त्याचा अर्थ म्हणजे नेहमीच्या पद्धतीपेक्षा निराळा किंवा चौकटीत न बसणारा विचार करणे. जी माणसे कल्पक असतात ती समोर आलेल्या परिस्थितीकडे वेगळ्या पद्धतीने पाहतात आणि ती निभावून नेण्यासाठी काही नवीन कल्पना लढवू शकतात.

'गरज ही शोधाची जननी आहे' असे म्हटलेच आहे. उपाययोजना आकारताना हा नियम लावायचा म्हटला तर चौकटीबाहेरचे विचारवंत हे खरे संशोधक म्हटले पाहिजेत. ते कोणत्या यंत्रांचा शोध लावत नाहीत, तर ते 'उपाय' शोधतात. ते फक्त कल्पक असतात असे नाही, तर नेहमीच अवलंबिल्या जाणाऱ्या प्रथांना ते आव्हान देतात. एका नेत्यामध्ये अशी कल्पकता असलीच पाहिजे. एखादी परिस्थिती जर वारंवार उद्भवत असेल तर काही तरी निराळा उपाय केला पाहिजे हे त्याच्या लक्षात येते.

नरेंद्र मोदींची जी कल्पक विचारधारा आहे तशी तत्कालीन राजकारण्यांमध्ये आढळतेच असे नाही. मोदी चौकटीबाहेर विचार करतात आणि एखाद्या समस्येवर व्यावहारिक दृष्टिकोनातून सोपाच पण योग्य तोडगा काढतात. कोणत्याही समस्येकडे पाहताना मोदी आपल्या बुद्धीची आणि मनाची साक्ष घेतात, मग ती समस्या कितीही कठीण असो किंवा कितीही क्षुल्लक असो.

याउलट, चाकोरीबद्ध विचार करणारे लोक एका मर्यादेपलीकडे जाऊच शकत नाहीत. वर्षानुवर्षे जे नियम किंवा उपाय चालत आलेले आहेत आणि अगदी इतिहासकाळापासून सर्वांनी स्वीकारलेले आहेत त्याच उपायांपाशी त्यांची बुद्धी अडकून राहते. जणू त्यांच्या कल्पनाशक्तीला बांध घातला गेला आहे.

नेतृत्व हे सरळसोट विचारांशी निगडित असते

मोदी मुळापासून विचार करतात आणि स्पष्ट व नेमके तोडगे काढतात. स्वातंत्र्यप्राप्तीपासूनच ज्या समस्यांना भारत सामोरा जात आहे त्या निवारण करण्याबद्दल नाना तऱ्हेच्या कल्पना आणि पद्धती मोदींच्या डोक्यात घोळत असतात.

मोदींमध्ये ती ताकद आहे हे त्यांनी वेळोवेळी दाखवून दिले आहे. त्यांच्या पद्धतशीर विचारसरणीवर झालेल्या टीका सोडून देऊ, पण आजवर कोणी त्यांना आव्हानही देऊ शकलेले नाही. 'एकसंध भारत' ('टीम इंडिया') हे त्यांचे तत्त्व अभेद्य ठरले आहे.

बरेच वक्ते हे भाषणाचा आशय आणि विषय सोडून केवळ देहबोलीवर लक्ष केंद्रित करतात. बोलण्याची ढब, बोलण्यातील चढ-उतार हे त्यांच्या लक्षातच येत नाहीत. पण इथे मात्र मोदी आपले वेगळेपण सिद्ध करतात. संमेलने असोत, शास्त्रज्ञांची बैठक असो अथवा राजकारण्यांची सभा असो, मोदी हरतऱ्हेचे विषय प्रत्येक वेळी नव्या पद्धतीने मांडतात.

मोदींसारखे वक्ते, ज्यांचे भाषण म्हणजे नेत्रदीपक सोहळा असतो, ते टीव्ही/रेडिओवर आले की प्रेक्षक म्हणतात, "बघू, हे आज काय बोलतायेत!" मोदींनी बोलायला सुरुवात करण्याअगोदरच लोक अंदाज बांधायला लागतात आणि अपेक्षा करायला लागतात की काही तरी वेगळे ऐकायला मिळणार आहे.

जादूगार जसा टोपीतून अचाट वस्तू काढून दाखवतो, तसे नरेंद्र मोदी आपल्या डोक्यातून नवनवीन कल्पना काढून दाखवतात आणि प्रत्येक वेळी आपली क्षमता सिद्ध करतात. ते कसलेले विचारवंत आहेत. त्यांच्यासारखे नेतृत्व तत्कालीन राजकारणात आढळणे मुश्किल आहे. आपल्या क्रांतीकारक विचारांमुळे त्यांनी लाखो लोकांच्या भावनांना स्पर्श केला आहे.

पंतप्रधान या नात्याने मोदींनी राज्यकारभाराच्या प्रत्येक पैलूवर लक्ष केंद्रित केले आहे. समाजातील प्रत्येक स्तराला, औद्योगिक क्षेत्रांना आणि सर्व वयोगटांतील

लोकांना भेडसावणाऱ्या समस्यांचा परामर्श त्यांनी घेतला आहे.

सत्तेवर आल्यानंतर त्यांनी सर्वांत आधी काय केले? तर, उच्चपदस्थ प्रशासकीय अधिकाऱ्यांमध्ये जबाबदारी, वक्तशीरपणा आणि शिस्त या गोष्टी रुजवल्या.

मोदींनी भारतातील सर्व शासकीय सचिवांशी संभाषण केले; त्यात त्यांनी सर्वांना झटपट व बिनतोड निर्णय घेण्यास प्रवृत्त केले. त्यांनी सर्वांना स्वतःचा मोबाईल नंबर देऊन काही अडचण असल्यास त्यांच्याशी संपर्क करायला सांगितले.

२१ एप्रिल २०१५ रोजी लोकसेवादिनाच्या निमित्ताने सनदी अधिकाऱ्यांशी बोलताना ते म्हणाले की, "एवढा मोठा देश चालवायचा असेल तर काम करणाऱ्यांचे मन स्वस्थ व प्रसन्न राहिले पाहिजे." म्हणून त्यांनी सर्व सचिवांना सुचवले, की त्यांनी दिवसातला काही वेळ कुटुंबासोबत घालवावा. त्यांनी विचारले, "तुम्हीच निराश असाल, तर तुम्ही काम कसे करणार?"

त्यांनी सर्व अधिकाऱ्यांना सुचवले, की दरवर्षी कोणत्याही दहा योजना निवडा. त्या योजना पुढे जाऊन पुरस्कार मिळण्यायोग्य कशा होतील यावर चर्चा करा. लोक पाहतील आणि त्यातून काही तरी शिकतील. 'स्वतःसाठी गाड्या आणि बंगले घेण्यापेक्षा चांगल्या योजना राबवा आणि देशाचे भले करा. तुमचीच मुले उद्या तुमच्या कामगिरीवरून तुम्हाला जोखतील,' असे समर्पक मार्गदर्शन त्यांनी केले.

जास्तीत जास्त तरुणांनी नागरी सेवेत काम करण्यास प्रेरित व्हावे या उद्देशाने मोदींनी असे सुचवले, की प्रत्येक प्रशासकीय, मुलकी खात्यातील अधिकाऱ्याने वर्षातून किमान पाच दिवस तरी शाळा-कॉलेजांमध्ये जाऊन विद्यार्थ्यांशी संवाद साधावा, आपल्या कामगिरीची कल्पना द्यावी आणि या कामात किती आनंद मिळतो ते सांगावे, म्हणजे पुढच्या पिढीतून उत्तमोत्तम प्रशासकीय अधिकारी तयार होतील.

मग त्यांनी आणखी एक अभिनव कल्पना सांगितली. ती म्हणजे वयाची ७५ वर्षे पूर्ण झालेल्या निवृत्त सेवाधिकाऱ्यांचा सत्कार करणे. ते म्हणाले, "या लोकांच्याकडे खूप अनुभव असतो. ही माणसे म्हणजे विद्यापीठे आहेत. आपण

यांच्याकडून शिकले पाहिजे.'' मग त्यांनी संस्थात्मक 'ज्ञानपेढी' (Institutional Knowledge Bank) ही नवी कल्पना मांडली.

''आपण अशी पद्धत सुरू करू या, की शिपायापासून ते अधिकाऱ्यापर्यंत प्रत्येकाने निवृत्त होताना, आपले अनुभव दोन ते पाच पानांत लिहून काढायचे. यातून अनुभवांची केवढी देवाणघेवाण होईल! हे म्हणजे इतिहास जतन केल्यासारखेच होईल. प्रत्येकाचे अनुभव गुगल क्लाऊडवर राहतील आणि पुढच्या पिढीला उपयोगी पडतील. शासनव्यवस्थेला अशा ज्ञानपेढीचा खूप उपयोग होईल.''

आपला मुद्दा अधिक स्पष्ट करण्यासाठी ते म्हणाले,

> ''ब्रिटिशांनी दर २० किमी अंतरावर अतिथिगृहे आणि विश्रामगृहे बांधली. या वास्तू सुखसोयींनी सुसज्ज होत्या. बऱ्याच वास्तूंना लाकडी कोरीवकाम होते आणि बाकीही बऱ्याच सोयी होत्या. दर २० किमी अंतरावर ही गृहे का बांधली गेली हे तुम्हाला माहीत आहे? कारण त्या वेळी हे ब्रिटिश अधिकारी हत्ती किंवा घोड्यांवरून प्रवास करत आणि दिवसभरात तेवढेच अंतर कापू शकत. इतिहास पाहिला तर असे ज्ञान मिळत जाते.'' (म्हणून आपले अनुभव नोंदून ठेवणे चांगले.)

१९ एप्रिल २०१५ रोजी भाजपच्या खासदारांसाठी दिल्लीत झालेल्या कार्यशाळेत मोदींनी आपल्या चाकोरीबाह्य विचारसरणीचे आणखी एक उदाहरण दिले,

> ''गावखेड्यांपासून प्रत्येक गरिबाला स्वयंपाकाचा सिलिंडर पुरवण्याची योजना मी मांडली, तेव्हा लोकांनी मला विचारले, 'तुम्ही गरिबांना सिलिंडर्स द्यायचे म्हणताय, पण त्यांच्याकडे शेगडी ठेवायला ओटासुद्धा नसतो. मग त्यांनी जमिनीवरच सिलिंडर आणि शेगडी ठेवली तर गॅस वापरता तरी येईल का?' मी म्हणालो, सोपे आहे! जमिनीत खड्डा करायचा आणि त्यात सिलिंडर ठेवायचा. आणि शेजारी शेगडी ठेवायची. झाली ना सोय?''

साधनांचा जास्तीत जास्त वापर

शेतीसारख्या विषयावर बोलताना मोदींनी एक कल्पना मांडली, ''आपण असे करू, खराब झालेली पिके विकत घेऊ आणि त्यांचा इतर गोष्टींसाठी उपयोग करू,

म्हणजे पिके वाया जाणार नाहीत.''

हे चाकोरीबाहेरचे विचारच माणसांच्या आशा पल्लवित होण्यामागील मोठे कारण आहे. यामुळे आपण किती साधनसंपन्न आहोत हे लोकांना जाणवले. आणि उपयोग होणार असेल तर ती साधने वापरून दाखवता येतात. मोठमोठ्या संस्था बंद पडतात, कारण त्यांची साधनसंपत्ती पडूनपडून सडून जाते. पण आहेत ती साधने वापरून एखादा नेता किंवा पदाधिकारी बुडीत गेलेली संस्थादेखील पुन्हा फायद्यात आणू शकतो आणि यामुळेच आशा पल्लवित होतात. नरेंद्र मोदींनीदेखील वापरात नसलेल्या सरकारी साधनांकडे अशाच सर्जनशीलतेने पाहिले.

शेतकऱ्यांसाठी सुरू केलेल्या 'मृदा स्वास्थ्य कार्ड' (सॉइल हेल्थ कार्ड) योजनेबद्दल बोलताना मोदी म्हणाले,

> ''मातीचे परीक्षण करण्यासाठी आपल्याला नव्या प्रयोगशाळांची गरज नाही. आपल्याकडे शाळा आहेत आणि प्रत्येक शाळेत प्रयोगशाळा आहेत. आपण गावाकडील मुला-मुलींना मातीचे परीक्षण करायचे प्रशिक्षण देऊ या. शाळेची वेळ संपल्यानंतर त्यांना प्रयोगशाळा वापरायची परवानगी देऊ या. अशाने आपण लाखो व्यावसायिक तयार करू, लाखो रोजगार उभे करू आणि त्याच वेळी शेतकऱ्यांना 'मृदा स्वास्थ्य कार्ड' योजनेचा लाभ घेता येईल. नव्या प्रयोगशाळांची गरज काय?''

एका प्रसंगी ते म्हणाले, ''आपल्या देशात अशी हजारो रेल्वेस्थानके आहेत जिथून दररोज फक्त एक किंवा दोन गाड्या जातात. त्या स्थानकांवर इमारती आहेत, रस्ते जोडलेले आहेत, वीज-पाण्याची सोयही आहे. अशा स्थानकांवर आपण कौशल्यप्रशिक्षण वर्ग का चालवू नयेत?''

अशा गोष्टी जेव्हा कानावर पडतात, तेव्हा लोक विचार करतात, की हे आपल्याला आधी का नाही सुचले?

'साधने वाया घालवू नका' ही कल्पना मोदींच्या शासकीय दौऱ्यांतही लागू पडली. २०१४ साली आपण केलेल्या जपान दौऱ्यामागचे कारण लोकसभेच्या सदस्यांना त्यांनी सांगितले,

''मी जपानला गेला होतो तेव्हा एकाच हेतूने शिनिया यमानाका या एका नोबेलविजेत्या शास्त्रज्ञाला भेटलो. 'स्टेमसेल' या विषयावर त्यांनी संशोधन केले आहे आणि २०१२ साली त्यांना नोबेल पुरस्कार मिळाला आहे. भारतातील आदिवासी भागांत सिकल सेल ॲनिमिया फोफावत चालला आहे आणि त्यावर स्टेम-सेल्स हाच उपाय आहे. भारत आणि जपान हे दोन्ही देश एकत्र येऊन ह्या रोगावर इलाज करतील.''

गरिबांना सकस आहार कसा पुरवावा ही एक समस्याच आहे. ही समस्या थोड्याफार प्रमाणात सोडवण्यासाठी संसदेत या विषयावर बोलताना मोदींनी सांगितले, ''केळ्यामध्ये खूप पोषक सत्त्वे असतात आणि गरिबांसाठी केळे हे उत्तम आहार आहे. ऑस्ट्रेलियामध्ये 'सुपर बनाना' म्हणून एक रसायनशाळा आहे. तिथे केळ्यांवर निरनिराळे प्रयोग केले जात आहेत आणि 'अ' जीवनसत्त्व व 'लोह' यांनी युक्त असलेली केळी बनवण्यात येणार आहेत. अशा तऱ्हेने आपणही ऑस्ट्रेलियाकडून शिकून घ्यावे- तसेच निकृष्ट जमिनीतूनही उत्तम डाळी कशा तयार होतील हेही त्यांच्याकडून शिकावे.''

भारताच्या विभिन्न भौगोलिक रचनेतली ताकद मोदींनी ओळखली आहे. 'उत्तरपूर्व भारतातील जमीन ही सेंद्रीय उत्पादनांसाठी पोषक आहे, त्यामुळे तो भाग 'सेंद्रीय राजधानी' म्हणून विकसित करू शकतो. यामुळे उत्तर पूर्वेकडची राज्ये इतर राज्यांच्या बरोबरीने येतील,' असे मत त्यांनी व्यक्त केले.

विचारांतील दूरदृष्टी

माहिती तंत्रज्ञानाची ताकद मोदींनी जोखली आहे, आणि म्हणूनच १.२५ अब्ज भारतीयांसाठी 'डिजिटल उपकरणांचा' अंतर्भाव करण्याची त्यांची इच्छा आहे. त्यांना अशा प्रकारचे आंतरजाल विकसित करायचे आहे की ज्यायोगे प्रत्येक भारतीय सरकारशी जोडला जाईल. त्यांना कल्पना आहे की अशा प्रकारच्या तंत्रज्ञानामुळे भारत जोडला जाईल. यांच्या आधारे सर्व सरकारी व्यवहार पारदर्शी होतील, कागदांचा वापर कमी होईल आणि जनतेसाठी सरकारी कामे सोपी होतील. यामुळे प्रत्येक भारतीय तांत्रिकदृष्ट्या साक्षर होईल आणि त्यातूनच

नोकरीच्या लाखों संधी तयार होतील. त्यांना अंदाज आला आहे, की जर प्रत्येक भारतीयाकडे मोबाइल असेल तर देश चालवणे सोपे जाणार आहे. ही योजना मोदींना सर्वांत जवळची आहे आणि त्यासाठी कोट्यवधी रुपयांचे खासगी भांडवल जमा केले जात आहे. यामुळे अख्खा देश जोडला जाणार आहे आणि नोकरीच्या संधी मिळणार आहेत. मोदींनी एक उदाहरण दिले, ''गुजरातमध्ये सार्वजनिक वितरण व्यवस्था आम्ही स्वयंचलित करून टाकली. त्यामुळे काय झाले- १६ लाख बनावट शिधापत्रिका निकालात निघाल्या. हे तंत्रज्ञानामुळे शक्य झाले.''

मोदी नेहमी सबळ पुराव्यानिशीच आपल्या कल्पना मांडतात. महाराष्ट्र, राजस्थान आणि मध्य प्रदेश या राज्यांना जोडणाऱ्या गुजरातच्या सीमेवरील १४ टोलनाके मोदींनी स्वयंचलित केले. बाकीच्या तीन राज्यांनी असे केले नाही. परिणामी, गुजरातमध्ये २००० कोटी रुपये अधिक टोल जमा झाला.

पुढे येऊन नेतृत्व करण्याची क्षमता मोदींमध्ये आहे आणि विविध प्रयोग करून पाहण्याचे धाडसही आहे. कृतीची भाषा बोलणाऱ्या या नेतृत्वाकडे कल्पना प्रत्यक्षात उतरवण्याचे साहस आहे.

२०१३ साली 'इंडिया टुडे'च्या गुप्त बैठकीला संबोधताना ते म्हणाले,

''जागतिक अर्थव्यवस्था म्हणून आपल्या देशाची ओळख व्हायला हवी असेल तर आपल्याकडे उत्तमोत्तम बंदरे हवीत. आणि नुसतीच बंदरे हवीत असे नाही, तर ती रेल्वेमार्गांना जोडलेली हवीत.'' तत्कालीन राजकीय मानसिकतेबद्दल टीका करत ते म्हणाले, 'रेल्वे अंदाजपत्रकाच्या वेळी राजकीय दबावामुळे सरकारने फक्त प्रवासी रेल्वेची आणि रेल्वेच्या डब्यांची संख्या वाढवण्याकडेच लक्ष केंद्रित केले. रेल्वेमार्गांना बंदरे जोडण्याबाबत कोणीच विचार केला नाही. खरे तर त्याची खूप गरज आहे.''

मोदींनी आणखी एका मुद्द्यावर निराळ्या दृष्टीने प्रकाश टाकला,

> ''सरकारने बांधलेल्या रस्त्यांवरून खासगी वाहने धावतात की नाही? सरकारने बांधलेल्या विमानतळांवरून खासगी विमाने उडतात की नाही? मग सरकारी

रेल्वेस्थानकांवरून फक्त सरकारी रेल्वेच का धावतात? आपल्याकडे दोन प्रकारच्या रेल्वे आहेत- एक प्रवासी रेल्वे आणि दुसरी मालगाडी. आपण तिसरा प्रकार का सुरू करत नाही? आपण 'परिक्रमा रेल्वे' सुरू करू शकतो, जी धार्मिक स्थळांना मोठ्या शहरांशी जोडेल. यात १०० कोटींची उलाढाल होऊ शकते. हिंदू भाविकांना काही ठराविक ठिकाणच्या देवळांत जायचे असेल, तसेच मुस्लिमांना अजमेर शरीफ़ला जायचे असेल, ख्रिश्चनांना गोव्याला तर शिखांना अमृतसरला जायचे असेल. मग त्यांच्यासाठी आपण खासगी गाड्या सुरू करू शकतो. आपण महसूल मिळवू शकू. त्यासाठी आहेत ती साधने वापरली जाऊ शकतील आणि नागरिकांची सेवाही केली जाईल.''

मोदींना असेही वाटते, की आपण ज्या पद्धतीने राज्यकारभार चालवतो ती पद्धतही बदलायला पाहिजे. ते म्हणतात, ''तुमच्या कल्पना या संस्थात्मक असायला हव्यात. काही काळासाठी या कल्पना नेतृत्वकेंद्रित, व्यक्तीत्वकेंद्रित आणि व्यक्तिकेंद्रित असू शकतील. पण नंतर मात्र त्या अदृश्य होतील.

एक नवा दृष्टिकोन रुजवणे

एक सादरकर्ता हा तेव्हाच वक्ता होऊ शकतो जेव्हा तो श्रोत्यांसमोर नवा दृष्टिकोन, नव्या कल्पना मांडतो. लोक नव्या कल्पनांना चटकन आपलेसे करतात. आणि खरे म्हणजे त्यांना नव्या कल्पना ऐकायला आवडतात. मोदी मोठ्या चतुराईने नवनव्या कल्पना योजतात आणि सच्चेपणाने, स्पष्टपणे मांडतात. ते लोकांपुढे असे चित्र उभे करतात जे लोकांना नवे आणि कल्पक वाटेल. एक लक्षात घ्या, लोकांना वस्तुस्थिती माहीत असते, फक्त ती तुमच्याकडून ऐकायची असते.

उदाहरणार्थ, २०१३ साली झालेल्या इंडिया टुडेच्या गुप्त बैठकीत प्रश्नमंजूषेच्या वेळी लोकांनी मोदींना विचारले, ''आपली सर्वांत मोठी समस्या कोणती?''

मोदींनी त्वरित उत्तर दिले होते, ''आपणच एक मोठी समस्या आहोत. आपली मानसिकता हीच मोठी समस्या आहे.'' आणि नंतर जणू उपाय सुचवल्यासारखे ते म्हणाले,

''प्रत्येक आपत्तीकडे मी एक संधी म्हणून पाहतो. आपल्याला अशीच

मानसिकता ठेवली पाहिजे. गुजरातमध्ये भूकंप झाला तेव्हा आम्ही हेच केले. आम्ही आपत्तीव्यवस्थापन शिकलो, काही सूत्रे ठरवली आणि त्या आपत्तीला सामोरे गेलो. या कार्यात आपण जास्तीत जास्त लोकांना सहभागी करून घेतले पाहिजे, खास करून महिलांना. त्यामुळे आपली ताकद दुपटीने वाढेल. आम्ही एक प्रयोग करून पाहिला, ज्यात गावातील २५ लाख महिलांचा सहभाग होता. आज त्या महिला वर्षाला १७०० कोटींचा व्यवसाय करत आहेत, आणि ही रक्कम भविष्यात ५००० कोटींपर्यंत जाईल.''

भ्रष्टाचार निर्मूलनाबद्दल विचारले असता मोदी म्हणाले, ''शासकीय अधिकाऱ्यांच्या कारकिर्दीत स्थैर्य आणले पाहिजे. तुम्ही एखाद्या कुचकामी कर्मचाऱ्याची बदली करून टाकता तेव्हा तुम्ही एक समस्या फक्त बाजूला केलेली असते; पण जेव्हा तुम्ही त्याच माणसाकडून कामाचा अहवाल मागता तेव्हा खऱ्या अर्थाने समस्येचे निवारण होऊ लागते. जेव्हा आपण शिफारस करून अधिकाऱ्यांची नियुक्ती करतो तेव्हा तिथूनच भ्रष्टाचाराची सुरुवात झालेली असते. या संदर्भात माझ्या कार्यालयात एकही शिफारसपत्र आलेले नाही.'' ते म्हणाले, ''याची सुरुवात वरून व्हायला पाहिजे. तुमची इच्छा असेल तर आताही हे सगळे बदलू शकते.''

मग त्यांना विचारण्यात आले, ''तर मग तुम्ही निवडणुका लढण्यासाठी पैसा कुठून उभा करता?'' तेव्हा त्यांनी सांगितले, ''देणग्या मागण्यात काहीच चूक नाही. आम्ही देणग्यांमधून निवडणूक लढवतो. विविध कंत्राटांमधून जेव्हा राजकारणी लोक लाच मागतात तेव्हा अडचणी उभ्या राहतात. पुलाचे काम यथातथा झाले तरी हे लोक १० टक्के मोबदला घेतात. पण, देणग्या मागितल्या तर आम्हाला 'नोट'ही मिळते आणि 'व्होट'ही मिळते!''

गावांमध्ये अपुऱ्या वीजपुरवठ्यावर काय तोडगा काढावा यावर ते म्हणाले,

''दुर्दैवाने आपण सगळ्या गोष्टी सरकारी पद्धतीने करायला बघतो, म्हणूनच आपल्याला उपाय सापडत नाहीत. तुम्ही शेतकऱ्यांचा वीजपुरवठा कमी करू शकता का? अजिबात नाही. तसे केले तर ते मोर्चे काढतील. पण, शेतकऱ्यांना कमी वीजपुरवठा होईल असे सांगण्यासाठी राजकीय स्पष्टता, धमक लागते. यावर आमच्याकडे एक उपाय आहे. मी शेतकऱ्यांना सुचवले की त्यांनी

विजेपेक्षा पाण्यावर लक्ष केंद्रित करावे. गुजरातमध्ये दहापैकी सात वर्षे दुष्काळी परिस्थिती असते. आम्ही तिथे लघुजलसिंचन सुरू केले.''

उत्तम शासनव्यवस्थेबद्दल बोलताना ते म्हणाले, ''कॉर्पोरेट जगात यावर बरेच विचारमंथन होत असते. आम्ही दरवर्षी 'चिंतन शिबिर' आयोजित करत असतो. त्या कालावधीत तीन दिवसांसाठी २५०-३०० अधिकारी शिबिरासाठी कोठे तरी जातात. याचा फायदा काय होतो, तर यामुळे त्यांच्या विचारप्रक्रियेत बदल होतो, त्यांचा दृष्टिकोन बदलतो. आपल्यावर ब्रिटिशांचे राज्य होते तेव्हा त्यांचे अधिकारी ब्रिटिश सरकारला खूष करण्यासाठी काम करत. पण आता आपण स्वतंत्र झालो आहोत. त्यामुळे अधिकाऱ्यांनी आता सरकारला खूष करण्यासाठी नव्हे तर जनतेला खूष करण्यासाठी, समाधानी ठेवण्यासाठी काम केले पाहिजे.

तक्रारनिवारणासाठी व्यवस्थेमध्ये दुसरी एक सक्षम उपप्रणाली असली पाहिजे. आम्ही गुजरातमध्ये 'स्वागत' नावाचे ऑनलाइन पोर्टल सुरू केले. जर एखाद्या सरकारी अधिकाऱ्याने नागरिकाचे काम करायला नकार दिला, तर त्या अधिकाऱ्याला तो सांगू शकतो, की 'काम कर, अन्यथा मी ऑनलाइन तक्रार करेन.' हे खरे सक्षमीकरण! एखाद्या धोरणामुळे, अधिकाऱ्यामुळे वा चुकीच्या कार्यपद्धतीमुळे ज्या समस्या उद्‌भवतात त्यांचे निराकरण करण्यासाठी मी दर महिन्याला एक दिवस राखून ठेवतो.''

मोदींनी हे स्पष्ट केले की सगळ्याच गोष्टी एकटे सरकार करू शकणार नाही. हा मुद्दा त्यांनी सोदाहरण पटवून दिला, ''गुजरातमध्ये 'सरदार सरोवर प्रकल्पा'ची सुरुवात नेहरूंच्या काळात झाली. ४०० किमी लांबीचा कालवा काढायचा होता. तो अजूनही पूर्ण झालेला नाही. तेवढ्याच लांबीचा आणखी एक कालवा काढायची योजना आम्ही आखली. या कालव्यामुळे ज्या ज्या शेतकऱ्यांना फायदा होणार होता अशा दहा जिल्ह्यांतल्या शेतकऱ्यांची आम्ही मदत घेतली आणि दोन वर्षांत कालव्याचे काम पूर्ण केले.''

कामगिरीचे दाखले देणारी भाषणे

मोदी हे कृती करणारे नेते आहेत. त्यांना निरर्थक कृती अजिबात सहन होत नाही. ते

एकदाच काय तो ठाम निर्णय घेतात आणि नंतर माघार घेत नाहीत. अशा लोकांना आपल्या योजना अमलात आणताना कायमच ज्या अडचणींना तोंड द्यावे लागते त्यांचा पाढा मोदींनी इंडिया टुडेच्या गुप्त बैठकीत वाचला.

> ''आम्ही गुजरातमध्ये 'शहरी विकास वर्ष' सुरू करायचे ठरवले. विकास करायचा असेल तर त्या मार्गात येणारी अतिक्रमणे दूर करावीच लागतात. जेव्हा सरकारी लोकांनी अनधिकृत बांधकामे पाडायला सुरुवात केली तेव्हा सगळीकडून आरडाओरड झाली. माध्यमांनी आमच्यावर झोड उठवली. माझ्या पक्षाकडूनही माझ्यावर दबाव आला. थोड्याच काळात पालिकेच्या निवडणुका येणार होत्या ही गोष्ट माझ्या ध्यानात आली नव्हती. पक्षाने सांगितले की यामुळे निवडणुकांवर वाईट परिणाम होतील. मी त्यांना म्हणालो, की आता एकदा ठरवले तर मागे हटायचे नाही. त्यामुळे आम्ही आमची मोहीम चालूच ठेवली आणि सुमारे ९०० कोटींची बांधकामे पाडली गेली. सगळीकडून नाचक्की झाली, पण तरी बरेचजण म्हणाले, ''बरे आहे, निदान कोणी तरी काही काम करत आहे.'' या मोहिमेत अनेकांची माहिती उघड झाली आणि किती तरी आयकर बुडवणाऱ्या मोठ्या लोकांची नावे समोर आली. एरवी ९८ टक्के लोक कर भरतात पण मोठे मासे निसटून जातात. मी माझ्या अधिकाऱ्यांना म्हणालो, की तुम्ही जर कायदेशीर मार्गाने पैसे वसूल करायला गेलात तर हाती काही लागणार नाही. कारण या बड्या लोकांकडे मोठमोठे वकील असतात आणि शासकीय कारभार संथ असतो. प्रश्न हा होता, की अशा लोकांकडून करवसुली कशी करावी?''

मग त्यांनी स्पष्टीकरण दिले,

> ''यासाठी आम्ही निराळाच उपाय केला. आमच्या लोकांनी त्या करबुडव्यांना ताकीद दिली, की 'तुम्ही दिलेल्या मुदतीत कर चुकता करावा, अन्यथा आमची माणसे ढोल-ताशे घेऊन रोज तुमच्या घराबाहेर धरणे धरतील. मग तुमच्या अख्ख्या सोसायटीला समजेल की तुम्ही कर भरला नाहीये.' मग बरोबर सगळ्यांनी पैसे भरले. ना वादावादी झाली ना कोर्टकचेऱ्यांची गरज पडली.''

आकांक्षांना साद घालणारी दृष्टी देणे

बर्लिनमध्ये स्थायिक झालेल्या भारतीयांशी मोदींनी हिंदीतूनच संवाद साधला.

परदेशात राहताना आपली भाषा कानावर पडली की खूप आनंद होतो आणि याच मानसिकतेचा विचार करून मोदींनी भारताबाहेर राहणाऱ्या देशवासीयांशी हिंदीतूनच संभाषण केले.

बर्लिनमध्ये त्यांनी केलेल्या भाषणातील हा एक उतारा :

> ''आपण सर्व गोष्टींमध्ये काही बदल, सुधारणा करत असतो. आता उदाहरणच द्यायचे झाले, तर भारतीय महिला पिझ्झा, चायनीज आणि मेक्सिकन पदार्थही भारतीय पद्धतीने बनवतात. आपण प्रत्येक गोष्टीचे बारकाईने निरीक्षण करत असतो. मी इथे एका औद्योगिक प्रदर्शनाला भेट दिली. तिथे मला एका दालनात एक यंत्र दाखवण्यात आले, ज्याचे तंत्रज्ञान एखाद्या कारमधला बिघाड शोधून तो स्क्रीनवर दाखवू शकतो. हे पाहून मी त्यांना विचारले, आपण याचा उपयोग संरक्षणाच्या दृष्टीने करू शकतो का? ते म्हणाले, आम्ही असा विचारच केला नव्हता.''

पुन्हा 'मेक इन इंडिया'कडे मोर्चा वळवत मोदी म्हणाले,

> ''जेव्हा औद्योगिक क्रांती झाली तेव्हा आपण गुलामगिरीत होतो. आपण त्या क्रांतीचा लाभ घेऊ शकलो नाही. नंतर जेव्हा आयटीमध्ये क्रांती झाली तेव्हा मात्र आपण आपला ठसा त्यावर उमटवला, कारण आपण स्वतंत्र झालो होतो. आपल्या तरुणांनी भारताची मान ताठ केली. आता आपल्याला भारताला उत्पादनकेंद्र बनवायचे आहे. आणि ही संधी जर हुकली तर आपले खूप नुकसान होईल.''

उपस्थित जनसमुदायाला देशासाठी काही तरी योगदान देण्याचे आवाहन करत मोदी म्हणाले, ''आपले अभियंते इकडे काम करत आहेत. तुमच्याकडे ज्ञान आहे, अनुभव आहे आणि तुमच्या कष्टांनी तुम्ही हे सगळे मिळवले आहे. तुम्ही असा एखादा पूल नाही का बांधू शकत, जो दोन देशांना जोडणारा नाही, तर भारताला उज्ज्वल भवितव्याकडे घेऊन जाणारा असेल?''

मोदींची निरीक्षणशक्ती तर उत्तम आहेच, पण त्याचबरोबर त्यांची आकलनशक्तीही अफाट आहे. नवीन गोष्टी आत्मसात करण्याची एकही संधी ते सोडत नाहीत. आपल्या भाषणात जिवंतपणा यावा म्हणून ते दरवेळी नवनवीन कल्पना वापरतात.

विस्ताराने सांगायचे झाले, तर ते एकदा म्हणाले होते,

> ''मी यूएसला ऑलिम्पिक स्पर्धा पाहायला गेलो होतो. मला बघायचे होते, की एवढ्या भव्य सोहळ्याचे आयोजन कसे केले जाते. तिथे मी ॲटलांटा विद्यापीठाच्या काही विद्यार्थ्यांना भेटलो. त्यांना भविष्यात काय करायचेय ते जाणून घेतले. चायनीज विद्यार्थ्यांचा निर्णय पक्का होता- यूसमध्ये दहा वर्षे काम करायचे आणि मायदेशी परत जाऊन तिथे त्याचा उपयोग करायचा. त्या सर्वांच्या मनात हेच ध्येय होते आणि आपल्यातही ते नक्कीच असायला पाहिजे.''

त्यांना खात्री आहे, की 'उत्पादन' ही भारताची पुढची मोठी संधी आहे. आपल्या उत्पादनविभागातल्या गरजा एवढ्या प्रचंड आहेत की बाकीचे देश त्याची कल्पनाही करू शकणार नाहीत. गुणवत्ता वाढवण्याबद्दल ते मोठ्या हुशारीने बोलले,

> ''शेती प्रक्रिया हे क्षेत्र असे आहे की जिथे गुणवत्ता वाढवण्याची म्हणजेच व्हॅल्यू ॲडिशनची मोठ्या प्रमाणावर गरज आहे. उदाहरणार्थ, आपण जर आंबा पिकवत असलो, तर आंब्याची लोणची करून विकणे, हे झाले गुणवत्ता वाढवणे. लोणची विकायची असतील तर ती चांगल्या पद्धतीने पॅक केली पाहिजेत, ही पुढची पायरी झाली. त्यात पुन्हा बाटलीवर एखाद्या सुंदर अभिनेत्रीचे चित्र लावले तर ती गुणवत्ता आणखी वाढली. आपल्याकडे असे तंत्रज्ञान पाहिजे, जेणेकरून आपण भाज्या पिकवू, त्यांच्यावर प्रक्रिया करू आणि त्या 'रेडी टू इट' बनवू आणि हे आपण संपूर्ण जगात निर्यात करू शकू. चहा उत्पादनात आपण हे करून दाखवले. आता ते इतर पदार्थांच्या बाबतीतही करायला पाहिजे.''

पर्यटन व्यवसायाबद्दल बोलताना ते म्हणाले, ''जर्मनीमध्ये तुम्हीच भारताचे ब्रँड ॲम्बॅसडर आहात!'' त्यांनी तिथल्या भारतीयांना आवाहन केले, की त्यांनी वर्षातून पाच तरी जर्मन कुटुंबांना भारताला भेट द्यायला प्रवृत्त करावे.

> ''तुम्ही देशासाठी भगतसिंग बनू शकत नसाल, तर किमान या पद्धतीने देशाचे पाईक बना. आपण अजून एक चूक केली आहे. आपण परदेशी पाहुण्यांना

पॅरिस किंवा अमेरिकन पद्धतीचे जेवण पुरवतो. आपण त्यांना आपल्या पद्धतीचे जेवण द्यायला हवे. आपल्याकडे इतकी सुंदर देवळे आणि सांस्कृतिक ठिकाणे आहेत. मला यूएसमधली सर्वांत जुनी वास्तू पाहायची होती. त्या लोकांनी मला पेनिसिल्व्हेनियामधली वॉशिंग्टन बेल दाखवली. मग त्याची तुलना पुरातन अजंठा-वेरूळ लेणी किंवा हजारो वर्षांपूर्वीच्या सूर्यवंशी देवळाशी होऊ शकते का?''

मग त्यांनी विचारले,

''आम्हाला पहिल्यांदा आमचा स्वाभिमान, देशप्रेम जागृत केले पाहिजे. इतरांकडून हे आम्हाला शिकले पाहिजे. मी उद्या येथील बर्लिन रेल्वेस्टेशन पाहायला जाणार आहे. आजवर कोणी पंतप्रधान असे रेल्वेस्टेशन पाहायला गेला नसेल, पण मी जाणार आहे. कारण की मला पाहायचे आहे चांगले स्टेशन म्हणजे काय ते, आणि आपल्यालाही आपल्याकडे असेच स्टेशन बनवायचे आहे. आपण आयातदार नव्हे तर निर्यातदार बनू शकतो का?''

नव्या कल्पना, नवे करार

मोदी अनेक उत्तम प्रकल्प सुचवू शकतात. त्यांनी एकदा माजी पंतप्रधान मनमोहनसिंग यांना सुचवले, की १ किमी लांब कालव्याच्या कडेने जर सौरपत्रे टाकले तर १ मेगावॅट एवढी ऊर्जा मिळू शकते. त्यातून पाण्याची वाफही होणार नाही आणि १ कोटी लिटर एवढे पाणी वाचेल.

९ सप्टेंबर २०१३ रोजी गुजरातमध्ये गांधीनगर येथे झालेल्या 'व्हायब्रंट गुजरात ग्लोबल ॲग्रीकल्चरल समिट'च्या संमेलनात मुख्यमंत्री या नात्याने मोदींनी सर्व शेतकऱ्यांना आपल्या कल्पना सांगितल्या. ते म्हणाले,

''प्रमुख शहरांपासून ५० किमी परिघात राहणाऱ्या शेतकऱ्यांनी भाज्या पिकवाव्यात, कारण त्यांना तयार बाजारपेठा उपलब्ध आहेत, असे मी पंतप्रधान मनमोहनजींना सुचवले होते. अशी ५०० शहरे शोधा आणि तिथल्या कचरा व्यवस्थापनातून सेंद्रिय खते तयार करा आणि तिथल्या शेतकऱ्यांना मोफत द्या. शेतकऱ्यांना फक्त सेंद्रिय खतांवरच शेती करू द्या. रासायनिक खतांवर सरकार

जी सवलत देत आहे ती वाचेल आणि लोकांनाही सेंद्रिय भाज्या मिळतील.''

मोदी म्हणाले,

''मनमोहनजींना मी आणखी एक गोष्ट सुचवली, ज्या देशांना सूर्यप्रकाशाचे वरदान आहे अशा देशांचा भारताने एक समूह करावा. आपण त्याला 'सूर्यपुत्र' (सनसन) चळवळ म्हणू या. भारताने तिचे नेतृत्त्व करावे. स्वस्तात सौरऊर्जा कशी मिळेल यावर योजना बनवावी. यामुळे जगाला स्वच्छ आणि प्रदूषणरहित ऊर्जा मिळेल.''

मोदींकडे खरोखरच भरीव आणि अभिनव कल्पना आहेत आणि त्या प्रत्यक्षात उतरवण्याची क्षमताही त्यांच्याजवळ आहे. सर्वांत महत्त्वाचे म्हणजे मोदींना हे समजत होते, की या कल्पना कार्यान्वित करण्यासाठी राजकीय इच्छाशक्ती लागते. मोदींच्या आधी भारतीय राजकारणात अशा चाकोरीबाहेरील कल्पना राबवण्यासाठी लागणाऱ्या राजकीय इच्छाशक्तीचा अभाव जाणवत होता. गेली सत्तर वर्षे देश त्याच त्या जुन्या योजनांचे पीठ दळत होता.

वक्ता म्हणून मोदी हे व्यक्तिमत्त्व लोकांमध्ये आत्मविश्वास जागवणारे, कल्पनांनी परिपूर्ण आणि कृतिशील असे आहे. प्रत्येक श्रोता त्यांना कुशल नेता मानतो आणि हेच महत्त्वाचे आहे.

~

'साधेपणा हे सुसंस्कृतपणाचे सर्वांत मोठे लक्षण आहे.'

–लिओनार्दो दा विन्ची

उत्तम वक्त्याकडून मिळणारे वक्तृत्वकौशल्याचे आणि नेतृत्वाचे धडे

- थोर वक्त्यांचे विचार हे कृतीला चालना देणारे असतात. लोकांच्या चिंता आणि समस्या यांचा विचार करून ते बोलतात. संवादातून त्यांना उपाय सांगता येतात. अशा नेत्यांमध्ये जनतेत विश्वास व आशा जागृत करण्याची क्षमता असते. महान वक्ते आपल्या विषयांमुळे लोकांवर प्रभाव पाडू शकतात. कारण वक्तृत्वाचा दर्जा हा शेवटी त्याच्या विषयावर अवलंबून असतो. भारतीय जनता गेली ७० वर्षे ज्या समस्यांना तोंड देत आहे त्या समस्यांचा वेध घेत नरेंद्र मोदीही आपल्या प्रत्येक भाषणागणिक आपली क्षमता सिद्ध करत आहेत. आजवरच्या राजकारणातील उदासीनतेचा, नाकर्तेपणाचा समाचार घेत, आपण काही तरी करून दाखवू शकतो, असा विश्वास त्यांनी जनतेत निर्माण केला.
- डोक्यात कोणताही गोंधळ असता कामा नये. मेंदू एकदम तल्लख असला पाहिजे. मोदींनी आपल्या भाषणांमधून वेळोवेळी सिद्ध केले आहे, की आपण काय करायला हवे आणि कसे करू शकतो. आणि याची त्यांना पूर्ण जाण आहे. दुसऱ्यांसमोर तुमचे विचार मांडायचे असतील तर या दोन्ही गोष्टींचे भान वक्त्याने ठेवलेच पाहिजे.
- चाकोरीबाहेरचे विचार करण्याची क्षमता श्रोत्यांचे लक्ष चटकन वेधून घेते. मोदी श्रोत्यांपुढे असे एकेक उपाय किंवा कल्पना सांगत जातात ज्या पूर्वी कोणत्याही नेत्याला सुचल्या नसतील. अतिशय साध्या पण व्यवहारात उपयोगी पडतील अशा या कल्पना बुद्धिवाद्यांना तर आवडल्याच, पण सामान्य लोकांनाही पटल्या.
- बोलल्याप्रमाणे स्वतः आचरण केले तर लोकांमध्ये नेत्याबद्दल आदर दुणावतो. आता वेळ पाळणे हे आपण नुसत्याच शब्दांनी व्यक्त करू शकत नाही. तुम्ही स्वतःदेखील वेळ पाळायला हवी. मोदींनी हेच प्रमाण मानले आणि आधी स्वतःच्या कामकाजाचे शिस्तवार नियोजन केले आणि लोकांपुढे उदाहरण ठेवले.

- वक्त्याला भविष्याची जाण असली पाहिजे. मोदींनी कायम दाखवून दिले आहे की ते काळाच्या पुढे आहेत. तंत्रज्ञानाबाबत त्यांचे ज्ञान अगाध आहे. सर्व नवीन प्रकल्पांत आणि धोरणांमध्ये हे दिसून येते. त्यांच्या भाषणांमधून तंत्रज्ञानावर आधारित स्पष्ट आराखडा दिसतो.
- वक्त्याने नेहमी अभिनव संकल्पना पुढे आणल्या पाहिजेत. मोदींनी अनेकदा जुन्या समस्यांवर नवीन तोडगे काढले आहेत. 'शेतकऱ्यांची खरी समस्या वीज नसून पाणी आहे' या त्यांच्या विचाराने ऊर्जानिर्मितीसाठी नवीन उपाययोजनेला जन्म दिला.
- मोठमोठ्या वक्त्यांनी श्रोत्यांना एकत्र बांधून ठेवून त्यांच्या आशा जागवल्या आहेत. वक्त्याने श्रोत्यांना आपल्या भाषणातून प्रेरित केले पाहिजे. मोदींनी हे करून दाखवले आहे. त्यांनी जनतेला उद्देशून सांगितले, की भारतात गुणवत्तेची आणि साधनांची कमतरता नाही. भारतीयांनी करायचे ठरवले तर बरेच काही करता येईल.

***

७

भूतकाळावर भविष्य बेतणे

इतिहास. अभिनय. विनोद. पुराणकथा. व्यवहारज्ञान. संस्कृती

'भविष्य घडवायचे असेल तर भूतकाळ समजून घ्या.'
–कन्फ्युसिअस, चीनी विचारवंत

पुराणकथा, रीतिभाती, परंपरा, श्रद्धा, संस्कार आणि संस्कृती यांवर भारताची सर्व मदार आहे. रामायण-महाभारताच्या मूल्यांवर पिढ्यान्‌पिढ्या जगत आल्या आहेत. आपण शिव, हनुमान, विष्णू, अवतार आणि इतर देवी-देवतांची उपासना करतो. श्रद्धेवर आपली श्रद्धा आहे. वेदशास्त्राचा आपल्याला नितांत अभिमान आहे. आपण समर्पणभावाने जगतो आणि सहनशक्तीचा पुरस्कार करतो. आपण आपल्या संस्कृतीचा आणि वडीलधाऱ्या व्यक्तींचा आदर करतो. रवींद्रनाथ टागोर, स्वामी विवेकानंद, महात्मा गांधी, सुभाषचंद्र बोस या व्यक्तींबद्दल आपल्याला अभिमान आहे. सर्वांत पुरातन संस्कृती म्हणून स्वतःची ओळख करून देण्यात आपल्याला समाधान मिळते.

चांगल्या भाषणाला ऐतिहासिक, पारंपरिक, सांस्कृतिक आणि पौराणिक मूल्यांचा साज

भारताच्या आधुनिक इतिहासात कोणत्याही नेत्याला हे समजले नसेल जे मोदींना समजले आणि त्यांनी या गोष्टींची सुरेख सांगड राजकारणाशी घातली. इतिहास,

परंपरा आणि पुराणकथांनी सजलेली मोदींची भाषणे अतिशय प्रभावी आणि प्रेरणादायी असतात. अगदी सामान्य श्रोत्यालाही समजेल इतक्या साध्या शैलीत आणि व्यावहारिक भाषेत मोदी भाषण करतात. अतिशय हुशारीने, सावधपणे, विचारपूर्वक आणि निःपक्षपातीपणे मोदी हे दाखले देत असतात. यामुळे मोदी जनतेशी झटकन जोडले जातात आणि एकाच क्षणात लाखोजणांच्या मनाची कवाडे उघडतात. कधी तरी आपल्या संस्कृतीतले एखाद-दुसरेच उदाहरण मोदी अशा तऱ्हेने भाषणात पेरतात, की त्या एकाच वाक्यातून हजारो गोष्टी व्यक्त करून जातात.

शिक्षकदिनानिमित्त शालेय विद्यार्थ्यांशी संवाद साधताना मोदी म्हणाले,

> ''आपण दरवर्षी ऐकतो की मागच्या वर्षापेक्षा या वर्षी जास्त थंडी पडली आहे; पण तसे नाही. आपण बदललो आहोत. आपल्या सवयी बिघडल्या आहेत. जर आपल्याला पर्यावरण वाचवायचे असेल तर निसर्गाशी वैर करून चालणार नाही. चंद्राला 'चांदोमामा' म्हणणारी आपली संस्कृती आहे. सकाळी उठलो की आपली आई सांगते, जमिनीवर पाऊल ठेवण्याआधी तिची क्षमा मागावी, कारण आपण आपला भार तिच्यावर टाकत आहोत. अशी आपली संस्कृती. नागपूरमध्ये दर पौर्णिमेला शहरातले सगळे दिवे मालवले जातात. लोक चांदण्याचा आनंद घेतात आणि वीजही वाचवतात.''

पर्यावरण बदलावर उपाययोजना करण्यासाठी इंडो-चायनाने आखलेल्या मोहिमेबद्दल चीनमध्ये स्थायिक झालेल्या भारतीयांना मोदी म्हणाले, ''या अडचणी माणसाने निर्माण केल्या असतील तर त्यातून मार्गही माणूसच काढणार आहे. हजारो वर्षांपूर्वी जेव्हा पाणी शुद्ध होते; झाडेझुडपे, घनदाट जंगले होती, तेव्हाही आपले ऋषिमुनी आपल्याला 'सृष्टीवर म्हणजे पर्यावरणावर प्रेम करा' असे सांगायचे. कारण ही सृष्टीच आपली पालनकर्ती आहे.''

प्राचीन काळात ऋषिमुनींनी निसर्गसंपदा जतन करण्याविषयी जे बोलून ठेवले आहे त्याचा वापर मोदी आपल्या भाषणांत करतात, त्यामुळे त्याचा प्रभाव देशात आणि परदेशांत राहणाऱ्या प्रत्येक भारतीयावर होतो. विशेषतः इथल्या जलसंपदेवर त्यांनी केलेल्या भाष्याबद्दल.

ऑस्ट्रेलियामध्ये गांधीजींच्या पुतळ्याचे अनावरण करताना ते म्हणाले,

> "महात्मा गांधींची शिकवण जगासाठी आजही लागू पडते. गांधीजींनी 'अहिंसा' हा गुरुमंत्र दिला आणि त्यावर माझी श्रद्धा आहे. गांधीजी म्हणत, 'तुम्ही शब्दांनीही हिंसा करू नका.' पण आता आपण त्यापेक्षाही पुढे गेलो आहोत. आपण स्वतःला खूप महत्त्व देतो आणि म्हणूनच देशात दहशतवाद वाढत आहे. आपण पर्यावरणाच्या विरुद्ध वागतो. त्यामुळे 'ग्लोबल वॉर्मिंग' होतं. १९२५मध्ये साबरमती नदी पाण्याने पूर्ण भरलेली असे. गांधीजींना पाण्याचे महत्त्व तेव्हाही ठाऊक होते. तेव्हाच त्यांनी पाणी वाचवण्याचा संदेश दिला होता. आजही आपण पाण्याची बचत केली, पाणी वाचवले तर 'ग्लोबल वॉर्मिंग'वर उपाय शोधता येईल."

कर्मयोगाबद्दल मोदी म्हणतात,

> "मी एकदा रेल्वेने प्रवास करत होतो. मी एका लहान मुलाला पाहिले. त्याला धड चालताही येत नव्हते, पण तो रेल्वेच्या डब्यात बूट पॉलिश करत फिरत होता. त्याच्याजवळ 'टाइम्स ऑफ इंडिया'चा अंक होता. तो बुटांना पॉलिश करेपर्यंत त्याचे गिऱ्हाईक वेळ काढण्यासाठी तो अंक वाचत बसे. यालाच 'कर्मयोग' म्हणतात. आपले काम व्यवस्थित करणे हाच कर्मयोग असतो."

बर्लिनच्या संमेलनात भारताच्या संस्कृतीबद्दल बोलताना मोदींनी तिथल्या भारतीयांना प्रेरित करत आपण आपल्या संस्कृतीबद्दल अभिमान बाळगला पाहिजे हे स्पष्ट केले. ते म्हणाले,

> " मला एकदा ८०० वर्षे जुनी मूर्ती दिसली. ती मूर्ती एका गर्भवती महिलेची होती. तिचे ओटीपोट चिरले होते आणि त्यात अर्भक दाखवले होते. त्वचेचा एकेक थर दाखवला होता. याचाच अर्थ असा, की इतक्या जुन्या काळातही आपल्याला एवढे ज्ञान होते! याचा आपल्याला अभिमान वाटला पाहिजे."

पुनर्वापराबद्दल ते एकदा म्हणाले, "आपण तर घरातही पुनर्वापराची संकल्पना वापरत असतो. जेव्हा मोठ्या मुलाचा स्वेटर आखूड व्हायला लागतो तेव्हा आई तो जपून ठेवते आणि तोच स्वेटर पुढे धाकट्या मुलासाठी उपयोगी पडतो."

मुंबईतल्या एका हॉस्पिटलचे उद्घाटन करताना ते म्हणाले,

''आपल्या देशाने एके काळी वैद्यकीय क्षेत्रात केलेल्या प्रगतीचा आपल्याला अभिमान वाटला पाहिजे. आपण सर्वांनी महाभारतात कर्णाबद्दल वाचले आहे. त्याचा जन्म मातेच्या उदरातून झाला नाही. म्हणजेच त्या काळीही जेनेटीक सायन्स होतेच! तसेच कदाचित त्या काळच्या प्लास्टिक सर्जरीनेच गणपतीच्या धडावर हत्तीचे मुंडके बसवले असावे.''

त्यांच्या या वक्तव्यावर टीकाही बरीच झाली. पण एकापरीने असाही विचार करणे रास्त आहे की त्या काळची सिंधू संस्कृती प्रतिभावान होती.

पाश्चिमात्य तत्त्वज्ञानी, विचारवंत, शास्त्रज्ञ वगैरेंनी विज्ञानात अनेक शोध अलीकडच्या काळात लावले असतील; पण भारतात हे शोध हजारो वर्षांपूर्वीच लागले आहेत. या उदाहरणातून मोदींनी आपल्या सिंधू संस्कृतीच्या असाधारण कल्पकतेचाच दाखला दिला आहे. इतर संस्कृतींमध्ये वैज्ञानिक प्रगती ही फार उशिरा झाली.

उदाहरणार्थ, ज्यूल्स व्हर्नची 'फ्रॉम द अर्थ टु द मून' ही विज्ञानावर आधारित काल्पनिक कादंबरी १८७७ साली आली. १८६५ साली 'ऑफ ऑन अ कॉमेट' हे पुस्तक आले. त्या वेळी रॉकेट सायन्सविषयी पुसटशीही माहिती कोणाला नव्हती, पण यातूनच शास्त्रज्ञांना प्रेरणा मिळाली.

शाब्दिक कोट्या आणि शालजोडीतली टीका

कोणावर गमतीत टीका करताना मोदी फार सावध असतात. ते अगदी उपहासाने पण फार जपून टीका करतात.

सध्याच्या राज्यकारभारावर ते टीका करतात. नको इतके कायदे प्रत्यक्ष कृतीपेक्षा कागदांचीच संख्या वाढवतात. यासंबंधी त्यांनी खूप छान प्रसंग सांगितला,

> ''दोन मित्र एकदा वाघाची शिकार करायला जंगलात गेले. थोडेसे लवकर पोहोचल्यामुळे ते दोघे पाय मोकळे करायला गेले, पण त्यांनी बंदूक गाडीतच

ठेवली. ते थोड्या अंतरावर पोहोचतात तोच त्यांच्या समोर वाघ आला. जवळ बंदूकही नव्हती आणि समोर वाघ! आता काय करायचे? त्यांनी खिशातून बंदुकीचे लायसन्स काढून वाघाला दाखवले!''

संयुक्त पुरोगामी आघाडी (यूपीए)कडून मोदी सरकारवर नक्कल केल्याचा आरोप केला जातो. याविषयी संसदेत बोलताना मोदी म्हणाले,

''आपण म्हणता, आमचा कारभार म्हणजे 'नव्या बाटलीत जुनी दारू' असा आहे. पण मी तर म्हणतो, दारूबद्दल आमच्यापेक्षा तुम्हाला जास्ती माहिती आहे. तुम्ही हे तरी मान्य करता ना, की जे आम्ही आता करत आहोत हे तुम्हीही करू शकत होता.''

यूपीएच्या वृथा अभिमानावर शेरेबाजी करताना मोदी म्हणाले,

''महाभारतात कोणी तरी दुर्योधनाला विचारले होते, की तुला खऱ्या-खोट्याची जाण आहे की नाही? दुर्योधनाने तेव्हा उत्तर दिले होते, की मी धर्मही जाणतो आणि खऱ्याखोट्याची मला पारखही आहे; पण योग्य कर्म करणे हा माझा पिंडच नाही त्याला मी तरी काय करू? ते माझ्या रक्तातच नाही!''

देश चालवताना येणाऱ्या अडचणी आणि आधीच्या सरकारच्या ढिसाळ कारभाराबद्दल मोदी म्हणाले होते, ''एकदा एक मंत्रिमहोदय आपल्या ड्रायव्हरला म्हणाले, की आज गाडी मी चालवणार. यावर ड्रायव्हर म्हणाला, की साहेब, ही 'कार' आहे, 'सरकार' नाही, की कोणीही यावे आणि चालवावे!''

सोनिया गांधी यांनी मोदींना 'मौत का सौदागर' असे संबोधले होते. त्यावर मोदींनी प्रतिक्रिया दिली, ''त्यांची मातृभाषा इटालियन असल्यामुळे त्यांना त्या शब्दांचा अर्थ समजला नसावा. खरे तर शब्द होते, 'मत' (वोट) का सौदागर! ते त्यांनी चुकून 'मौत' का सौदागर असे उच्चारले असतील.''

निवडणुकांच्या प्रचारांदरम्यान त्यांच्या अशाच एका वाक्याने सर्वांवर छाप पाडली होती : ''हे २०१४ चे निकालच सांगतील, की पंतप्रधान म्हणून कोणाला निवडले जाईल- 'देश विकणाऱ्यांना की चहा विकणाऱ्याला!''

नाट्यमयता

संसदेची सभा असो, शाळेतले संमेलन असो किंवा बुद्धिवाद्यांच्या बैठका असोत, मोदींचे शब्द सर्वांपर्यंत पोहोचतात. लोकांना त्यांची शैली फार आवडते. त्यांना मोदी आपलेसे वाटतात, त्यांच्यातलेच एक वाटतात. ते सर्वांशी परिणाम साधत संवाद साधू शकतात. त्यांना संसदेत विचारले गेले, की भारतात मुस्लिम लोक सुरक्षित राहतील याची हमी तुम्ही देऊ शकाल का? यावर मोदी म्हणाले,

> ''मी जेव्हा प्रचार करताना बिहारमध्ये बोलत होतो तेव्हा तिकडे बॉम्बस्फोट होत होते, रक्तपात घडत होता. तेव्हा मी प्रश्न केला, की हिंदू-मुस्लिमांना एकमेकांतच लढायचे आहे की दोघांनी मिळून गरिबीशी लढायचे आहे? आज लोकांना विकास हवा आहे. त्यांना जातिधर्माच्या पलीकडे जाण्याची इच्छा आहे.''

अतिशय नाट्यमय शैलीत मोदी आपले मुद्दे मांडत असतात. एखाद्या नृत्यांगनेने भरतनाट्यम्‌बरोबर हिपहॉपचे पदलालित्य साधावे तितक्या खुबीने मोदी आपल्या भाषणांत टीका, घटनावृत्त आणि विनोद यांचा समन्वय साधतात. याच गुणांमुळे मोदी हे एक उत्कृष्ट वक्ते म्हणून जनमानसात लोकप्रिय ठरतात. असा वक्ता होण्यासाठी सातत्याने आणि नेमकेपणाने प्रयत्न करत राहिले पाहिजे.

विविध श्रोत्यांना समान संदेश

वेगवेगळ्या प्रकारच्या श्रोत्यांसमोर एकच मुद्दा वेगवेगळ्या पद्धतीने कसा रंगवून सांगायचा हे मोदींना चांगलेच ठाऊक असते. युनेस्कोमधील १३०० राजनीतिज्ज्ञांसमोर बोलताना निर्मल गंगा मोहीम ही एकतेच्या दिशेने जाणारे एक पाऊल म्हणून कशी योग्य आहे, त्याबद्दल सांगताना मोदी म्हणाले, ''संस्कृती ही लोकांना एकत्र आणण्यासाठी असते, त्यांच्यात फूट पाडण्यासाठी नव्हे. गंगा ही आपल्या संस्कृतीचा आणि धर्माचा महत्त्वाचा भाग आहे आणि प्रत्येक भारतीयासाठी विद्येचे प्रतीक आहे.''

परदेशांत स्थायिक झालेल्या भारतीयांच्या भावनेला साद घालताना मोदी म्हणाले,

"तुम्हाला गंगास्नान करायला आवडेल की नाही? स्वच्छ आणि निर्मळ गंगास्नान?" लोकांनी टाळ्यांचा कडकडाट केला होता. त्यांना माहीत आहे, की भारतीय लोक परदेशांत असले तरीही 'गंगेबद्दल आणि गंगाजळाबद्दल' अजूनही त्यांचे भावबंध जोडलेले आहेत. त्यामागे आध्यात्मिक जोडही आहे. गंगेबद्दल एखादी सकारात्मक टिप्पणी निश्चितच सकारात्मक प्रतिसाद मिळवून देऊ शकते हे त्यांनी जाणले.

~

'विनोदचातुर्य- हे अत्यंत गरजेचे साधन आहे. एखाद्याच्या हृदयातील आनंद आणि ओठांवरले स्मितहास्य ही त्याच्या सुखी आयुष्याची द्योतके आहेत.'

-ह्यू सायडे

उत्तम वक्त्याकडून मिळणारे वक्तृत्वकौशल्याचे आणि नेतृत्वाचे धडे

- बहुतांश सर्वच देश आपापल्या सांस्कृतिक आणि पौराणिक परंपरांशी निगडित असतात. कथा-नीतिकथा सर्वांनाच आवडतात. अशा कथा जर विषयाशी जोडल्या तर सामान्यांतले सामान्य भाषणही परिणाम साधून जाते. नरेंद्र मोदींनी हिंदू-भारतीय संस्कृती आणि तत्कालीन यंत्रणांचा मेळ फार कौशल्याने साधला आहे.
- श्रोत्यांच्या मानसिकतेचा अभ्यास करून त्याबरहुकूम भाषणाची शैली बदलण्याची जाण मोदींमध्ये आहे. उदाहरणार्थ, गंगा नदीबद्दल परदेशांतील भारतीयांशी बोलताना आणि अर्थशास्त्र विभागाशी बोलताना त्यांचे दाखले आणि शैली भिन्न असतील.
- कोणत्या गोष्टीमुळे श्रोत्यांच्या भावना उचंबळून येतील हे त्यांना चांगले ठाऊक असते. 'योगाभ्यासा'च्या प्रचाराने त्यांनी लाखो भारतीयांची मने जिंकली आहेत. २१ जून २०१५ रोजी जागतिक योगदिवसाची घोषणा करून त्यांनी जगभरात भारतीय संस्कृतीच्या श्रीमंतीचे दर्शन घडविले आणि एकाच वेळी दोन गोष्टी साध्य केल्या.
- परंपरा व संस्कृती यांची सांगड दैनंदिन जीवनाशी घालण्याचे आणि त्याचे सुंदर असे चित्र श्रोत्यांसमोर उभे करण्याचे कसब एका चांगल्या वक्त्याजवळ असते. उदाहरणार्थ, गांधीजी आणि वैश्विक तपमानवाढीचा परस्परसंबंध ते जोडतात, तसेच बूट-पॉलिश करणाऱ्या पोराच्या उदाहरणातून कर्मयोगाचा संदेश देतात.
- विज्ञानाचा संबंध पुराणाशी जोडण्याची कलाही मोदींकडे आहे. ते रॉकेटशास्त्राचा संबंध महाभारताशी जोडू शकतात. श्रोत्यांचा पुराणकथांशी असलेला भावनिक संबंध एक वक्ता नेहमी जपत असतो. त्याला शास्त्रोक्त आधार असेलच असे नाही, पण परिणामकारकता नक्कीच असते.

***

८

तुम्ही मला थांबवू शकता?

कल्पनांचे भांडार आणि त्यांचे प्रभावी सादरीकरण

'प्रतिभावान माणसे कल्पनांबद्दल, सामान्य कुवतीची माणसे घटनांबद्दल आणि संकुचित वृत्तीची माणसे फक्त माणसांबद्दल बोलत राहतात.'

–इलिनॉर रूझवेल्ट

नवनवीन कल्पना करणे हे बुद्धिवान असण्याचे लक्षण आहे. कल्पना या वस्तूंसारख्या असतात. त्यांची नीट बांधणी करून त्या सादर कराव्या लागतात, तरच लोक त्या स्वीकारतात. मोठमोठे विचारवंतही आपले विचार हे सिद्धांतांमध्ये बांधून व्यक्त करतात आणि मग त्यांचा जनता स्वीकार करते. बोर्डरूम असो अथवा कॉलेजमधले वाद-विवाद, तुम्ही तुमचे विचार किती आकर्षकपणे मांडता यावर त्यांचा परिणाम अवलंबून असतो. पण या गोष्टीकडे बऱ्याच वक्त्यांचे दुर्लक्ष होते.

कल्पना अशा आकर्षक वेष्टनात म्हणजेच शब्दांत गुंफणे मोदींना बरोबर साधले आहे. ते अशा पद्धतीने आपले विचार मांडू शकतात की अगदी सामान्यातल्या सामान्य श्रोत्यालाही त्याचे आकलन होते.

निवडणुकांपूर्वीचा मोदींचा पवित्रा

निवडणुकांचा प्रचार करताना जनतेला आपल्या नेतृत्वाचा विश्वास देणे आणि

त्याचबरोबर विरोधकांना न दुखावता योग्य समज देणे, असे दुहेरी आव्हान मोदींपुढे होते. त्यामुळे त्यांनी आधी स्वतःच्या स्वप्नाविषयी सांगितले आणि नंतर हळूहळू यूपीए सरकारच्या कारभारातील त्रुटींवर बोट ठेवले. गोध्रा हत्याकांडावरून, स्वतःच्या कामगिरीबद्दल अवास्तव प्रसिद्धी करण्यावरून आणि अधिकारवाणीने करत असलेल्या कारभारावरून मोदींवर काँग्रेसने तऱ्हेतऱ्हेचे आरोप केले; पण तरीही ते मोदींना त्यांच्या लक्षापासून परावृत्त करू शकले नाहीत.

उलट, त्या आरोपांचे खंडन करीत मोदी म्हणाले, "तुम्ही माझ्यावर जितकी चिखलफेक कराल तितकीच त्यातून 'कमळे' उगवतील." त्यांच्या या एका वाक्यानेच बाजी मारली आणि तमाम जनतेच्या मनावर त्यांची छाप पडली. किंबहुना एकापरीने या आरोपांनी त्यांना मदतच केली.

भारताला स्थिर आणि सक्षम शासनव्यवस्थेची गरज असल्याचे त्यांनी वेळोवेळी जनतेला सांगितले. दुभंगलेल्या, तडे गेलेल्या युतीचे सरकार चालविणे ही गोष्ट लोकशाहीसाठी विनाशकारीच आहे. ही गोष्ट भौगोलिक वैविध्य असणाऱ्या, भारतासारख्या १२५ कोटी लोकसंख्या असलेल्या लोकशाही देशात जनतेच्या गळी उतरवणे तशी कठीणच गोष्ट होती. तरीही मोदींनी अतिशय साध्या वाक्यांतून आपल्याला वाटणारी कळकळ व्यक्त केली, "तुम्ही मला स्थिर सरकार द्या, मी तुम्हाला मजबूत भारत देईन!" जनतेशी सख्य ठेवणारे, 'जनतेला प्राधान्य देणारे' असे उत्तम सरकार स्थापन करण्याचे आश्वासन त्यांनी दिले.

लोकशाही-लोकसंख्या-मागणी या त्रिसूत्रींतून मोदींनी भारताच्या आर्थिक बलस्थानांचे महत्त्व आपल्या कल्पनांच्या आधारे स्पष्ट केले.

भारतासाठी जगाला साकडे

आपले स्वप्न पूर्ण करायचे असेल तर भारताला खूप मोठ्या प्रमाणावर परकीय गुंतवणुकीची गरज पडणार आहे हे मोदींनी जाणले. २५ सप्टेंबर २०१४च्या 'मेक इन इंडिया'च्या पहिल्या संमेलनात त्यांनी तसे बोलूनही दाखवले. 'विचार भारतीय आणि कृती पाश्चात्य' (थिंक ईस्ट, लिंक वेस्ट) या त्यांच्या संदेशाने आंतरराष्ट्रीय

पातळीवर जागृती करून आणि पौर्वात्य व पाश्चिमात्य देशांच्या ऐक्याला आवाहन केले.

थेट परकीय गुंतवणूक (फॉरिन डायरेक्ट इन्व्हेस्टमेंट- एफडीआय) ही तात्कालिक गरज होती आणि त्याला मोदींचा पूर्ण पाठिंबा होता; पण त्यासाठीही 'विकासाचा' पाया भक्कम पाहिजे, असे त्यांनी सांगितले. 'आधी भारताचा विकास आणि मग परकीय गुंतवणूक,' असे ते म्हणाले. 'मेक इन इंडिया' हे स्वप्न पूर्ण व्हावे, यासाठी भारतात बनवा आणि जागतिक बाजारपेठ मिळवा. थोडक्यात, 'येथे पिकवा आणि कोठेही विका' असा सरळ-साधा संदेश त्यांनी दिला.

वचनांसाठी वचनबद्ध

मोदी म्हणजे ऊर्जेचा एक स्रोतच आहेत आणि भारताला वेगळ्या उंचीवर नेण्यासाठी ते ऊर्जेचा कणन्‌कण वापरू शकतात, हे त्यांनी सिद्ध करून दाखवले आहे. आपल्या कामसू वृत्तीबद्दल ते म्हणतात, "ध्येय गाठणे हे माझे सर्वस्व आहे. मी जरी महापालिकेचा अध्यक्ष असतो तरी एखाद्या मुख्यमंत्र्याप्रमाणेच काम केले असते." ते अनेकदा म्हणतात, "कष्ट करण्याचा मला कधीच कंटाळा येत नाही. कष्ट केल्याने समाधान मिळते." यशप्राप्तीचा त्यांचा हा अतिशय सोपा, सुटसुटीत मार्ग आहे.

'इच्छा + पद्धती = संकल्प
संकल्प + मेहनत = यश'

राष्ट्रउभारणीसाठी सर्वांनी एकत्र येऊन काम करावे, असे आवाहन मोदी वारंवार जनतेला करत असतात. "जर प्रत्येक भारतीय एक पाऊल पुढे टाकेल तर देश १२५ कोटी पावलांनी पुढे जाईल." ते एकदा म्हणाले होते, 'मन नव्हे, तर मानसिकता ही एक समस्या आहे. आपल्याला आपली मानसिकता बदलायची आहे." पंतप्रधान म्हणून पहिल्यांदा लाल किल्ल्यावरून केलेल्या भाषणात मोदी म्हणाले, "निराशेचे वातावरण सर्वत्र निर्माण झाले आहे, पण त्यातही एक गरीब माणूस तुमच्या समोर उभा आहे. हीच खरी तर लोकशाहीची ताकद आहे."

ते म्हणाले, ''आपल्याला आपली स्वकेंद्रित मानसिकता बदलायला हवी. आपण काम करताना असा विचार करून चालणार नाही, की यातून आपला काय फायदा आहे?''

एकटे सरकारच सर्व काही करू शकणार नाही हे त्यांना माहीत आहे. एक वेळ सरकार कायदे बनवू शकेल, पायाभूत सुविधाही पुरवू शकेल; पण देशाला प्रगतिपथावर नेण्यासाठी जनतेचा सहभाग अत्यंत आवश्यक आहे. महात्मा गांधींची चळवळ यशस्वी ठरली, कारण त्यांनी जनतेच्या मनात आंदोलन पेटवले, असे मोदी मानतात. स्वच्छ भारत मोहिमेबद्दल बोलताना मोदी म्हणाले, ''गांधीजींनी सत्याग्रह सुरू केला, आता आपल्याला 'स्वच्छताग्रह' सुरू करायचा आहे.''

गरिबांना स्वयंपाकाचा गॅस मिळावा म्हणून त्यांनी सर्व उच्चवर्गीय लोकांना एलपीजी सिलेंडरवरील सवलत परत करण्याचे आवाहन केले. ते म्हणाले, ''जी व्यक्ती हॉटेलात राहण्यासाठी २०,००० रुपये खर्चू शकते तिला एलपीजी सवलतीची गरजच काय? तिला सवलतीतून शिजवलेले अन्न पचेल तरी का?''

निवडणुकांच्या प्रचारांदरम्यान मोदींनी आपली कार्यक्षमता, वचनबद्धता आणि सचोटीही लोकांसमोर मांडली. आधीचे सरकार नुसत्या घोटाळ्यांमध्येच अडकले होते आणि मोदींनी त्यावरच हल्ला चढवला.

''ज्यांना भ्रष्टाचाराने संपूर्ण व्यवस्था भ्रष्ट करायची होती त्यांनी ती केली. आता आपल्याला भ्रष्टाचार निर्मूलन करायचे आहे,'' असे ते टोरोंटोमधील भारतीयांशी बोलताना म्हणाले. ''आपल्याला भ्रष्टाचारी भारत ते कौशल्यपूर्ण भारत असा प्रवास करायचा आहे. ना मी भ्रष्टाचार करणार, ना दुसऱ्याला करू देणार!''

गरज पडल्यावर विरोधकांनाही अतिशय नम्रपणे सामोरे जाण्याचे कसब मोदींजवळ आहे. राज्यसभेत केलेल्या आपल्या पहिल्या भाषणात ते म्हणाले, ''मी अननुभवी आहे, मला समजून घ्या.'' त्यांच्यावर टीका करायला सरसावून बसलेले विरोधक या एका वाक्यानेच गार झाले.

योग्य मार्गाने टीका करण्याची कला

अनेक प्रसंगी मोदींवर टीका झालेली आहे, की ते दुराग्रही आणि उद्धट आहेत. यावर एकदा मोदींनी प्रत्युत्तर दिले ते असे :

> ''ते (काँग्रेस सदस्य) उद्धटपणाच्या गोष्टी करतात. १९८२ साली राजीव गांधी काँग्रेस पक्षाचे सरचिटणीस होते. ते एकदा हैदराबादच्या बेगमपेट विमानतळावर पोहोचले. त्या वेळी त्यांच्या स्वागताला आंध्र प्रदेशचे मुख्यमंत्री टी. अंजय्या गेले होते. तेव्हा राजीव गांधींनी सगळ्यांसमक्ष टी. अंजय्यांचा अपमान केला. त्याने अंजय्या दुखावले गेले. शिवाय त्या वेळी राजीव गांधी सरकारी पदावरही नव्हते.''

घोषवाक्ये आणि शेरेबाजी यांचा वापर करून योग्य तो परिणाम साधण्याच्या कलेवर मोदींचे प्रभुत्व आहे. श्रोत्यांसाठी ते योग्य ते वातावरण तयार करू शकतात. विरोधकांनी कितीही डिवचले तरीही मोदी तितकाच समतोल राखून नेमक्या शब्दांत विरोधकांवर टीका करतात.

~

'आशियाकडे संपूर्ण जगाचे लक्ष वेधले गेले आहे. आता लोकांना आमंत्रणे करण्यात मला वेळ वाया घालवायची गरज नाहीये. आता मला त्यांना फक्त पत्ता सांगायचा आहे.'

—नरेंद्र मोदी

उत्तम वक्त्याकडून मिळणारे वक्तृत्वकौशल्याचे आणि नेतृत्वाचे धडे

- विविध कल्पना आणि धोरणे एकत्र करून ती सादर करणे वक्तृत्वकलेसाठी अतिशय आवश्यक असते. कल्पना या उत्पादनांसारख्या असतात, आणि जोवर त्या चांगल्या पद्धतीने सादर केल्या जात नाहीत तोवर कोणीही त्यांचा स्वीकार करत नाही.
- नरेंद्र मोदींनीही स्वतःची प्रतिमा भारताचा रक्षणकर्ता अशा पद्धतीने उभी केली. कित्येक दशकांपासून राजकीय व्यवस्थेबद्दल अनास्था बाळगण्याऱ्या जनतेसाठी ते आशेचा किरण बनून आले.
- चांगल्या वक्त्याने आपले विचार जनतेच्या मनात बिंबवले पाहिजेत. मोदींनी दोन गोष्टी केल्या– एक तर स्वतःची प्रतिमा ऊर्जास्रोतासारखी जनतेवर ठसवली आणि दुसरी– जनतेला विश्वास दिला, की देश बदलू शकतो. त्याच वेळी परदेशी गुंतवणूकदारांना विश्वास दिला, की भारतात बदल होत आहेत आणि ही गुंतवणुकीसाठी योग्य संधी आहे.
- 'एकसाथ चलो, एकसाथ बढो', 'न मैं खाऊँगा, ना किसीको खाने दूँगा', अशी दमदार घोषवाक्ये योजून त्यांनी जनतेत चैतन्याची लाटच आणली. जनतेसाठी कार्य करणारे सरकार आणण्याचे वचन त्यांनी दिले व जनतेसाठीचे सुशासन (पी२जी२– प्रो–पीपल गुड गव्हर्नन्स) अशी धारणा ठेवली.
- भारताला मोठे उत्पादन केंद्र बनवण्यासाठी 'मेक इन इंडिया' असे घोषवाक्य तयार केले. 'कोठेही विका पण इथेच बनवा' अशा घोषवाक्याने भारतीयांना उत्पादनक्षमता वाढवण्याची प्रेरणा दिली.
- सर्वच नेते आपापल्या शैलीत टीकेचा सामना करायला शिकतात. कोणी काही बोलले तरी शांत बसणे श्रेयस्कर असते. मोदीही विरोधकांवर मल्लिनाथी करतात, पण त्यांचे बोलणे मोजून–मापून आणि सौम्य असते.

***

९

सर्वांमध्ये सरस

स्वतःचा असा खास शब्दकोश

'आपल्याहून कोणी तरी वरचढ असेल असे मानणारा एकही कवी किंवा वक्ता झालेला नाही.'

–मार्कस् टुलियस सिसेरो

अटलबिहारी वाजपेयी, अरुण जेटली आणि सुषमा स्वराज यांसारखे मातब्बर वक्ते ज्या राजकीय पक्षात होऊन गेले, तिथे स्वतःचे स्थान निर्माण करण्यासाठी नरेंद्र मोदींना असाधारण कौशल्याची गरज होती. संसद असो किंवा प्रचारसभा असोत, या सर्व रथी-महारथींनी मैदान गाजवले तिथे मोदींना स्थान पक्के करण्यासाठी त्यांच्यापेक्षा वेगळे काही तरी करणे गरजेचे होते. आणि आता मोदी हे केवळ देशातल्या वक्त्यांच्या बरोबरीतच नव्हे, तर विन्स्टन चर्चिल, जॉन एफ. केनेडी, बराक ओबामा, मार्टिन ल्यूथर किंग, डग्लस मॅकआर्थर, फ्रँकलिन रूझवेल्ट, फिडेल कॅस्ट्रो, गोल्डा मेयर, चार्ल्स डी गॉल आणि मिखाइल गोर्बाचेव्ह यांसारख्या मातब्बरांच्या यादीत जाऊन बसले.

यांच्यातील प्रत्येक वक्त्याने आपल्या वक्तृत्वकौशल्याने श्रोत्यांना मंत्रमुग्ध केले आहे आणि इतिहासात आपल्या नावाचा कायमस्वरूपी ठसा उमटवला आहे. त्यामुळे त्यांची आपसात तुलना करणे हे त्यांच्या दृष्टीने आणि वक्तृत्वकलेच्या दृष्टीनेही योग्य ठरणार नाही. या प्रत्येकाची स्वतःची अशी खास शैली होती आणि शब्दकोष होता ज्यांचा उभ्या जगावर प्रभाव पडला.

आतापर्यंत जगातल्या बहुतेक सर्व वक्त्यांनी भाषण करताना बोधकथा वगैरेंचा वापर केला आहे, कारण त्या सामान्य जनांना चटकन भावतात. येशू ख्रिस्तानेदेखील लोकांना मानवतेचा संदेश देण्यासाठी अगदी रोजच्या जीवनातील दाखले देणाऱ्या बोधकथांचा आधार घेतला. कारण बकऱ्या, ब्रेड, मीठ इतक्या साध्या साध्या गोष्टींची उदाहरणे लोकांना समजायला सोपी असतात, जवळची असतात. या गोष्टी वरवर दिसायला साध्या असल्या तरी त्यात खोल अर्थ सामावलेला असतो. म्हणूनच अशा गोष्टी दीर्घकाळ लोकांच्या स्मरणात राहतात.

मोदीसुद्धा आपल्या भाषणांत किस्से, पुराणकथा, बोधकथा यांचा वापर खुबीने करतात. धर्मासारख्या संवेदनशील विषयावर बोलताना या गोष्टी उपयोगी पडतात. विभिन्न संस्कृतींतून आलेल्या जनसमुदायापुढे भाषण करायचे असेल तर हे भान ठेवणे अत्यंत महत्त्वाचे असते.

एका उत्तम वक्त्याकडे असणारे सर्व गुण मोदींमध्ये आहेत. तरीही त्यांची स्वतःची ढब आहे. स्वतंत्र असा शब्दकोश म्हणावा इतके शब्दभांडार त्यांच्याजवळ आहे. हेवा वाटावा असे संभाषणकौशल्य त्यांच्याकडे आहे. रेडिओ किंवा टीव्हीवर त्यांच्या भाषणाचे थेट प्रक्षेपण होणार असेल, तर आता काही तरी वेगळे आणि नवीन ऐकायला मिळणार, याच अपेक्षेने श्रोते सरसावून बसतात आणि मोदीही त्यांना निराश करत नाहीत.

भारतातल्या सभा असोत किंवा परदेशांतले झंझावाती दौरे असोत, मोदींच्या प्रभावशाली भाषणांची छाप सगळीकडे पडलेली आहे. वक्तृत्वकलेचा अभ्यास करण्याच्या दृष्टीने वाचकांनी मोदींच्या भाषणांची तुलना माजी आणि आजी वक्त्यांच्या भाषणांशी करायला काहीच हरकत नाही, ज्यांच्या भाषणांनी मोदींच्या भाषणासारखा परिणाम साधलाय. म्हणजे बोलताना आपली शैली कशी असावी, हातवारे-देहबोली कशी असावी, उच्चार कसे असावेत अणि शब्द कसे वापरावेत हे सगळे अभ्यासता येईल. यासाठी इतर काही थोर वक्त्यांच्या भाषणशैलीचा परामर्श घेणेही तितकेच आवश्यक आहे.

अटलबिहारी वाजपेयी

'जेन्टल जायन्ट' या विशेषणाने अरुण जेटलींनी ज्यांना गौरवले ते भारताचे माजी पंतप्रधान अटलबिहारी वाजपेयी यांनीही सुरेख पण काटेकोर अशा शब्दच्छलांनी जनतेला संमोहित केले. विन्स्टन चर्चिलसारख्या शब्दकाराशी त्यांची तुलना होऊ शकते. गद्य आणि काव्याचा सुरेख मिलाफ साधून श्रोत्यांना मंत्रमुग्ध करणारे असे राजकीय नेते अभावाने असतील. त्यांचे बोलणे अतिशय संथ असायचे पण ते एकेक शब्द अगदी मोजून-मापून उच्चारायचे. आपल्यातली अभिनयकला वापरून वाजपेयींनी श्रोत्यांच्या मनावर अधिराज्य केले. मंचावर त्यांची पकड होती आणि हलक्याफुलक्या भाषेपासून टीकात्मक विनोदाचा वापर करून ते भाषण करीत आणि त्यामुळेच श्रोत्यांशी जोडले जात.

वाजपेयींची शब्दसंपदा प्रगल्भ होती आणि कोणत्याही विषयावर ते उत्स्फूर्तपणे बोलू शकत. संसदेत बोलताना कोणत्याही मुद्द्यावर त्यांच्या प्रतिक्रिया झटक्यात यायच्या.

त्यांच्या काळातील विरोधी नेते राम विलास पासवान एकदा म्हणाले, ''भाजपामध्ये कोणाच्याही नावात 'राम' नाही, विरोधकांच्या नावात 'राम' आहे; असे असतानाही भाजपा 'राम आणि राम मंदिरा'ची भाषा करत आहे.'' क्षणाचाही विलंब न करता वाजपेयी म्हणाले, ''पासवानजी, तसे तर काय 'हराम' शब्दातही राम आहे!'' आधीच्या टीकेचा सगळा रंगच एकदम पालटला.

मोदी तसे काव्यमय किंवा तत्त्वमय भाषेत बोलत नाहीत. ते थेट मुद्द्यावर येतात. श्रोत्यांच्या भाषेतच ते श्रोत्यांशी संवाद साधतात. बराक ओबामांसारखेच ते 'आपण' असा उल्लेख करतात. 'मी' असा उल्लेख त्यांच्या भाषणांत कधीच नसतो. रंगीत कुडता, त्यावर खास मोदीजॅकेट, साजेशा चपला अशा पेहरावात ते जेव्हा समोर येतात तेव्हाच त्यांची तयारी दिसून येते, त्यांचा स्वतःतील संयम दिसून येतो. स्वतःवर नियंत्रण ठेवणारा वक्ताच श्रोत्यांवर पकड मिळवू शकतो.

मोदींचे वैशिष्ट्य हे आहे, की ते कोणत्याही लिखाणाचा आधार न घेता आणि

श्रोत्यांप्रमाणे वळण घेणाऱ्या शैलीत भाषण करू शकतात. प्रचारसभा घेताना ते जुन्या घटनांचे दाखले देतात. गुंतवणूकदारांशी बोलताना ते व्यवहारी भाषा वापरतात आणि संसदेत सुजाणत्वाने बोलतात. बोलताना हिंदी भाषेचा वापर करण्याला ते प्राधान्य देतात.

विषयाला चालना देणाऱ्या शब्दांवर ते अधिक भर देतात. त्यामुळेच त्यांची भाषणे प्रभावी होतात. ते कधीच अवघड, बोजड शब्द वापरत नाहीत, पण आवश्यक तिथे संस्कृतमधील श्लोकांचा संदर्भ मात्र आवर्जून देतात. आणि हे खरोखरच स्तुत्य आहे. कारण नुसतेच जड शब्दांचे खेळ करून भाषण उठावदार होत नसते. जितकी साधी भाषा तितकेच प्रभावी भाषण. मार्क ट्वेन यांनी एकदा मिसुरीच्या एका शेतकऱ्याची गोष्ट सांगितली. हा शेतकरी आपल्या जड भाषणांमुळे सलग पाच निवडणुका हरला. एक दिवस गोठ्यात गायीचे दूध काढता काढता तो एका भाषणाची तयारी करत होता, तेव्हा गायीची लाथ बसून त्याचे पुढचे दात पडले. त्यामुळे त्याला जोडाक्षरे म्हणताच येईनात. पण म्हणूनच त्याचे भाषण साधे झाले आणि तो चक्क निवडणूक जिंकला! या कथेचे तात्पर्य असे, की जे नेते साध्या भाषेत संवाद साधू शकतात ते सरासरी इतरांपेक्षा लोकांवर प्रभाव पाडण्यात जास्त यशस्वी होतात.

विन्स्टन चर्चिल

अतिशय नावाजलेले ब्रिटिश पंतप्रधान आणि जगातील सर्वोत्तम आधुनिक वक्ता, अशी विन्स्टन चर्चिल यांची ओळख आहे. त्यांचा वाचनाचा जबरदस्त व्यासंग होता म्हणूनच त्यांचे शब्दभांडार प्रचंड होते. सर्वसाधारण माणसाला २५,०००च्या आसपास शब्द ठाऊक असतात. चर्चिल ह्यांना ६५,००० शब्द ठाऊक होते. मॉरिस ड्र्युऑन म्हणाले, ''मला इंग्लिश आवडते. विन्स्टन चर्चिल यांच्या भाषणांमधून मी इंग्लिश शिकलो.''

चर्चिल यांचीही स्मरणशक्ती मोदींसारखीच दांडगी होती. ऐतिहासिक घटनांचा त्यांच्याकडे खजिनाच होता, आणि योग्य वेळी नेमके वृत्तान्त ते सांगत. मोदींप्रमाणेच चर्चिल आपल्या भाषणांतून श्रोत्यांच्या मनात चित्र उभे करू शकत

असत. उदाहरणार्थ, ४ जून १९४० रोजी ब्रिटिश संसदेत झालेले त्यांचे भाषण 'वुई विल फाइट देम ऑन द बीचेस...' हे त्यांच्या अविस्मरणीय भाषणांपैकी एक आहे. त्याचा थोडक्यात गोषवारा :

> ‘‘आपण शेवटपर्यंत लढा देऊ. आपण फ्रान्समध्ये लढू. आपण समुद्र आणि महासागरातही युद्ध करू, आपल्या उंचावलेल्या आत्मविश्वासाने आणि वाढत्या हवाई ताकदीसह आकाशातही युद्ध करू... कितीही किंमत मोजावी लागली तरी आपण आपल्या बेटाचं रक्षण करू. आपण समुद्रकिनाऱ्यांवर लढू, माळरानात लढू, रस्त्यांवर लढू नाही तर शिखरांवर लढू... आपण कदापि शरण जाणार नाही. आणि जर आपले बेट शत्रूच्या ताब्यात जाऊन जनतेवर उपासमारीची वेळ आलीच तरी समुद्रापारचे ब्रिटिश सैन्य ही लढाई चालूच ठेवेल. देवाची कृपादृष्टी आपल्यावर पडेपर्यंत आपल्या सर्व शक्तीसह जुन्या जगाच्या मुक्ततेसाठी हे नवीन जग लढा देत राहिल.’’

चर्चिल यांची भाषा अतिशय समृद्ध, रसाळ आणि संवादमय असायची. याबाबतीत मोदींपेक्षा वाजपेयींशी त्यांची तुलना करणे योग्य ठरेल. आणि त्यांच्या धीरगंभीर आवाजामुळे त्या भाषणांची आशयघनता अधिक उठून दिसे. मोदींच्या आवाजातही ती ताकद आहे.

अब्राहम लिंकन

श्रोत्यांची मने जिंकण्यासाठी लिंकन यांनी वृत्तान्तकथनाऐवजी तर्कवितर्कांचा वापर जास्त केला. आपले मुद्दे सहज पटवून देण्याची आणि शब्दांना साज चढवण्याची कला त्यांच्यात होती. दिसायला ते गंभीर, काहीसे उदासच दिसत, पण एकदा का सुरुवात केली की ती उदासीनता कुठच्या कुठे पळून जाई. लिंकन हे विचारवंत होते, तत्त्वज्ञानी होते. त्यामुळे बोलताना ते शब्द फार मोजून-मापून वापरत. ते कायम सच्चेपणाने, अभ्यासूवृत्तीने आणि जपून बोलत. शब्दांतून कधी कोणाला लागेल असे किंवा अपमानास्पद ते बोलत नसत. व्यासपीठावर वावरताना ते कधीही अवाजवी हालचाली किंवा हातवारे करत नसत. असे म्हणतात, की फिरायला जाताना लिंकन आपल्या भाषणांचा विचार करत. ते आपली भाषणे टप्प्याटप्प्याने लिहून काढत आणि मग सगळे मुद्दे एकत्र करत. अंतिम टप्प्यावर

सगळे मुद्दे इतके चपखल बसत की संपूर्ण भाषण फार सुंदर होई. बोलण्याच्या शैलीपेक्षाही विषयांमुळे त्यांची भाषणे उठावदार होत. मोदीही याच पद्धतीने दमदार भाषणे करतात आणि शब्दांना साज चढवत आपल्या कल्पना लोकांसमोर मांडतात. तसेच त्यांची भाषणे अतिशय परिणामकारक ठरतात. लिंकन यांच्याजवळ माणसांना बोलता बोलता आपलेसे करण्याची जबरदस्त कला होती. फार थोड्या लोकांमध्ये ही कला असते. ते तासन्‌तास श्रोत्यांना खिळवून ठेवत. त्यांनी उपस्थित केलेले वादही प्रचंड प्रभावी आणि अजिंक्य असत. १५ ऑक्टोबर १८५८ रोजी झालेल्या त्यांच्या भाषणावर शिकागो (इल्योनिस) प्रेस ॲन्ड ट्रिब्युनच्या एका पत्रकाराने म्हटले होते, "आज ज्या पद्धतीने तीन तास सगळे श्रोते एकाग्रचित्ताने आणि तन्मयतेने बसून भाषण ऐकत होते, तशी वक्तृत्वकला मी आजतागायत अनुभवली नाही."

मोदींची भाषणेही तासन्‌तास लांबली तरी श्रोते क्षणभरही कंटाळत नाहीत. प्रत्येक वेळी भाषण करताना मोदी सारखे घड्याळात वेळ पाहतात आणि श्रोते त्यांना 'जाऊ नका, आणखी बोला!' असे सांगतात.

व्हिट डी आयसेनहॉवर

अमेरिकेचे माजी राष्ट्राध्यक्ष व्हिट डी आयसेनहॉवरसारखे वक्ते हे नेहमी आपल्या भाषणांच्या परिणामांचा विचार आधी करायचे; त्यातून होणाऱ्या परिणामाला, त्यामागच्या हेतूंना महत्त्व द्यायचे आणि एकदा का परिणाम किंवा उद्दिष्टे लक्षात आली की त्यांभोवती आपले भाषण गुंफायचे. आयसेनहॉवर प्रत्येक वेळी आपल्या लेखनिकाला प्रत्येक भाषणामागचे उद्दिष्ट (QED- quod erat demonstrandum) विचारायचे.

पण मोदी अशा प्रकारे एकाच मुद्द्यावर भर न देता अनेक मुद्द्यांवर बोलतात. म्हणजेच एक धागा पकडून ठेवण्याऐवजी सबंध वस्त्र विणतात.

बराक ओबामा

श्रोता काय विचार करत आहे ते नेमकेपणाने ओळखून त्या प्रवाहातच बराक

ओबामा भाषण करतात. भाषणांचा ओघ साधाच ठेवण्यासाठी ते मध्येमध्ये थांबतात, जरासे शिथिल होतात आणि शांतपणे व सकारात्मकतेने बोलतात. स्पष्ट बोलण्याकडे त्यांचा कल असतो. एकेका शब्दापाशी रवंथ करत, शब्दांची रूपे बदलत ते बोलतात. श्रोत्यांमध्ये प्रत्येकाशी संवाद साधला जावा म्हणून मोदींप्रमाणेच ओबामाही डोळ्यांना डोळे भिडवून हातवारे करत भाषण करतात. आश्वासन देताना ते दोन्ही हात हृदयाशी धरतात. निश्चय दाखवताना बोट वर धरतात आणि मुद्द्यावर जोर देताना हात पसरतात. पहिल्या १८० सेकंदात जो श्रोत्यांची पकड घेईल तो खरा वक्ता, या तत्त्वाचा आधार घेऊन ते भाषणाची सुरुवातच दमदार करतात. त्यासाठी एखादे सुभाषित किंवा घटनावृत्तान्त वापरतात आणि श्रोत्यांवर पकड मिळवतात.

मोदींची सुरुवात संथ असते पण थोड्याच वेळात ते श्रोत्यांचा ताबा घेतात. अर्थात हे श्रोत्यांच्या श्रेणीवरही अवलंबून असते. संसदेत भाषण करतेवेळी ते अतिशय सांभाळून आणि संथ लयीत सुरुवात करतात, पण तेच परदेशातील भारतीयांसमोर शब्दांची सरबत्ती करतात.

मोदींसारखेच ओबामाही आपल्या सामान्य परिस्थितीचे उदाहरण देतात. विरोधकांवर टीका करण्याआधी ओबामा त्यांच्या देशसेवेची स्तुती करतात. त्यामुळे ओबामांच्या प्रतिमेला बाधा येत नाही. मोदीही विरोधकांचा आदर राखूनच टीका करतात, पण टीका करताना त्यांचा वारही तितकाच घणाघाती असतो. मोदी आणि ओबामा या दोघांनीही आपली विश्वासार्हता सिद्ध केली आहे आणि त्याचबरोबर हेही सिद्ध केले आहे, की त्यांच्याकडून जनता करत असलेली बदलाची अपेक्षा रास्त आहे. मोदींसारखेच श्रोत्यांशी जवळीक साधण्यासाठी ओबामाही बायबलसारख्या महान ग्रंथांचा आधार घेतात किंवा ऐतिहासिक दाखले देतात.

या दोन्ही नेत्यांमधला समान गुण असा, की भाषण करताना ते अस्सल, सच्चे असतात आणि त्यांच्या बोलण्यात तथ्य आहे हे श्रोत्यांना जाणवते. उदाहरणार्थ, ओबामा म्हणतात, ‘‘अमेरिका उदारमतवादी नाही किंवा पुराणमतवादी नाही. अमेरिका ही माझ्या दृष्टीने संयुक्त राष्ट्रसत्ता आहे.’’ याचाच अर्थ ते जुन्या,

परंपरागत राजनैतिक मतांचा पुरस्कार करत नाहीत. मोदीही म्हणतात, ''आमचे निर्णय हे राष्ट्रनैतिक आहेत, राजनैतिक नाहीत.''

चर्चिलप्रमाणेच ओबामाही मानतात की भाषणाच्या सुरुवातीलाच श्रोत्यांचे लक्ष वेधून घेता आले पाहिजे. भाषणाच्या सुरुवातीला कोणावरही स्तुतिसुमने उधळणे हे श्रोत्यांना कृत्रिम किंवा अवाजवी वाटेल, असे चर्चिल यांचे मत होते. म्हणूनच कोणाचेही कौतुक किंवा विनोदही ते भाषणाच्या ऐन मध्यावर करत.

मोदी असे कोणते नियम पाळत नाहीत. ''विनोदाचे गुपित धक्कातंत्रात दडले आहे,'' असे ॲरिस्टॉटलने म्हटले आहे. या तत्त्वावर मोदींची भाषणे जास्त आधारित असतात. अगदी गंभीर विषयावर बोलतानाही ते हलक्याफुलक्या कोट्या करत असतात.

फ्रँकलिन रूझवेल्ट किंवा चर्चिलसारखे मातब्बर वक्ते आपली भाषणे बहुतांशी वाचून दाखवत. या बाबतीत मात्र मोदी सर्वांवर कडी करतात. कारण त्यांच्यापुढे कधीच लिहून ठेवलेले भाषण नसते. भारताच्या तत्कालीन इतिहासात निश्चितच मोदींसारखा वक्ता होणे नाही!

उत्तम वक्त्याकडून मिळणारे वक्तृत्वकौशल्याचे आणि नेतृत्वाचे धडे

- जगातील मोठमोठ्या वक्त्यांनी आपल्या वक्तृत्वकलेच्या जोरावर जनमानसात नाव कमावले आहे, प्रतिष्ठा मिळवली आहे. त्या प्रत्येकाची स्वतःची अशी खास शैली होती.
- जवळपास सर्वच वक्त्यांनी तत्त्व आणि वस्तुस्थिती यांची सांगड घालून विनोद व टीका यांच्या आधाराने उत्तमोत्तम भाषणे केली आहेत. बहुतेकांची स्मरणशक्ती तल्लख होती आणि भाषेवरही त्यांचे प्रभुत्व होते. त्यांची शब्दसंपदाही मोठी होती.
- उत्तम दर्जाचे भाषण करण्यासाठी तासन्तास पूर्वतयारी आणि मेहनत करावी लागते. सर्व मातब्बर वक्त्यांनी आपल्या भाषणांवर खूप कष्ट घेतले आहेत, खूप वेळ दिला आहे. त्यांनी आपल्यातील आवेगाचे आणि प्रगल्भ विचारधारेचे दर्शन वेळोवेळी घडवले.
- फार थोडे वक्ते असे असतात, जे बोलताना कागदी लिखाण वापरत नाहीत. अर्थात अनेक चांगले वक्तेही भाषणे वाचून दाखवतात, पण तेही वेळ पडल्यावरच. आणि हे कौशल्य प्रत्येक वक्त्याने आत्मसात केलेच पाहिजे.
- भाषणाचा प्रभाव पडावा म्हणून बोजड किंवा मोठेमोठे शब्द वापरले पाहिजेत असे काही नसते. भाषण जितके साधे तितकेच चांगले. कठीण आणि शब्दजंजाळ भाषण करण्यापेक्षा त्यातील आशय श्रोत्यांशी जोडला जावा.
- मोदींनी भाषण आणि भाषेतील दरी मिटवून हिंदी भाषेची सोयीस्करपणे निवड केली आहे. चांगले भाषण करण्यासाठी कोणतीही भाषा चालते. त्यामुळे श्रोत्यांसमोर फक्त इंग्लिश भाषेतूनच बोलले पाहिजे, असा कित्येकजणांचा समज आहे; पण त्याची काहीच गरज नाही.

- प्रभावी वक्ते टीका आणि उपरोधिकता यांचा फार छान उपयोग करून घेतात. विरोधकांना उद्देशून बोलताना ते आधी त्यांच्याबद्दल चांगले बोलतात आणि संधी साधून चतुराईने टीकास्त्र सोडतात.
- भाषणातील पहिले १८० सेकंद वक्ता जे बोलतो त्यावर पुढचा सगळा प्रभाव अवलंबून असतो. सुरुवातीलाच पकड घेतली तर व्यासपीठ काबीज करता येते. ओबामा, चर्चिल यांसारख्या वक्त्यांनी पहिल्या तीन मिनिटांतच सभा जिंकल्या आहेत. त्यानंतर मग श्रोत्यांची पकड घेणे सोपे असते.
- विनोदाची गुरुकिल्ली म्हणजे धक्कातंत्र. त्यामुळे अनेक गंभीर गोष्टींनंतर हळूच विनोदाची पेरणी केली की भाषण रंगत जाते, आणि हाच उत्तम वक्तृत्वाचा गाभा आहे.

***

१०

उच्चारलेल्या शब्दांची ताकद

लोकांना प्रभावित करण्याची कला

'उत्तम वक्तृत्व कौशल्याने कोणतीही गोष्ट शक्य वाटू शकते.'
–मार्कस टुलियस सिसेरो

उत्तमोत्तम भाषणांचा प्रभाव लोकांवर पडल्याशिवाय राहत नाही. शब्द हे असे शस्त्र आहे ज्यामुळे ऐतिहासिक घटनांचा सखोल परिणाम होतो, युद्धे लढली जातात, अन्यायाविरुद्ध झुंज देण्याचे बळ येते आणि प्रसंगी आपले प्राणही देण्याची शक्ती येते. निराळ्या शब्दांत सांगायचे, तर शब्द हे वेदनांवर फुंकर घालू शकतात, सैनिकांना प्राणार्पण करण्यास प्रेरित करू शकतात, देशभक्तीच्या कक्षा रुंदावू शकतात आणि इतिहासाचा प्रवाह बदलू शकतात.

अशा पद्धतीने जनमानसाला प्रभावित करण्याची शक्ती वक्तृत्वकलेत असते आणि ज्यांना ही कला अवगत झाली ते जणू ईश्वरी अवतारच! शब्दांची ताकद कैक वर्षांपूर्वी मानवाच्या लक्षात आली. २५०० वर्षांपूर्वी पेरिकल्स हा शब्दवेत्ता होऊन गेला, ज्यांने वक्तृत्वकलेचे पदर अतिशय सुंदर पद्धतीने उलगडून दाखवले. पेरिकल्स हा त्या वेळचा ग्रीसमधील अत्यंत प्रभावशाली राज्यकर्ता म्हणून गणला गेला. त्या काळाला 'गोल्डन एज ऑफ ग्रीस' असे संबोधले जाते. त्याच्या पश्चात सर्वोत्तम वक्त्याचा मान जर कोणाला मिळाला असेल तर तो डेमॉस्थेनेसला. ज्या व्यक्तीला सर्वगुणसंपन्न व्हायचे असेल तिने वक्तृत्वकलेवर प्रभुत्व मिळवलेच पाहिजे, अशी धारणा प्राचीन ग्रीसमध्ये होती. लोकशाहीमध्ये

जनतेला विशिष्ट प्रवाहात आणण्यासाठी राजकारणी लोकांजवळ वक्तृत्वकला हे फार मोठे साधन होते. न्यायव्यवस्थेतही आपली बाजू मांडायला संभाषणकौशल्यच कामी येई. त्याच काळात मार्कस टुलियस सिसेरोसारख्या रोमन तत्त्ववेत्ता आणि वक्त्याने जनतेच्या आणि राजा-महाराजांच्या मनात स्थान मिळवले. तसेच सम्राट, प्रतिष्ठित व्यक्ती आणि सल्लागार अशांनीही ही कला जागृत ठेवली.

गेल्या १०० वर्षांचा इतिहास पाहिला तर जागतिक युद्धांच्या काळातही वक्तृत्वकलेचे स्थान व्यवहारात वरच्या पातळीवर होते असे दिसते. जर महान घटना या महान नेत्यांना जन्म देत असतील तर महान घटनांमधून उत्तम वक्तेही जन्म घेतात. विन्स्टन चर्चिल, फ्रँकलीन डी रूझवेल्ट किंवा चार्ल्स डी गॉल ही माणसेही पहिल्या-दुसऱ्या महायुद्धाच्या वेळी वक्त्यांच्या रूपातच महान ठरली. विसाव्या शतकाच्या उत्तरार्धात जॉन एफ केनेडी, रोनाल्ड रेगन, फिडेल कॅस्ट्रो, मार्टिन ल्युथर किंग आणि नेल्सन मंडेला यांसारख्या कुशल वक्त्यांची अनुभूती जगाला घेता आली.

सार्वजनिक भाषण विरुद्ध वक्तृत्वकला

'भाषण करताना वक्त्याने लोकांचे मन वळवण्याचे कौशल्य, भाषाशैली आणि सुयोग्य वाक्यरचना या तीन गोष्टींचा अभ्यास केला पाहिजे.'

-ॲरिस्टॉटल

वेबस्टर्स शब्दकोशात 'भावनेचे परिमाण लावून प्रभावी व परिणामकारक रीतीने बोलण्याची कला' अशी वकृत्वकलेची फार छान व्याख्या दिली आहे. याउलट, सार्वजनिक भाषणाला भावनेचा आधार नसतो. वक्तृत्वकला आणि सार्वजनिक भाषण या दोन्हींत हाच मूळ फरक आहे.

सार्वजनिक भाषणबाजीत आपला मुद्दा लोकांना स्पष्टपणे सांगणे एवढाच हेतू असतो, तर वक्तृत्वकलेमध्ये लोकांना संमोहित करण्याची शक्ती आणि सौंदर्य असते. वक्तृत्व हे विवादात्मकही असते आणि त्याचबरोबर ते आशयातील भावही व्यक्त करते. बुद्धीपेक्षाही हृदयाला ते जास्त भिडते. त्यामुळे वक्तृत्व हे सार्वजनिक

भाषण होऊ शकते, पण सगळीच सार्वजनिक भाषणे ही वक्तृत्व होऊ शकत नाहीत.

तांत्रिकदृष्ट्या सांगायचे झाले तर वक्ते हे दोन प्रकारचे असतात. एक, जे बोलताना कार्यकारणबुद्धीने बोलतात आणि दुसरे, जे थेट मनापासून बोलतात. श्रोतेही दोन प्रकारचे असतात. एक, ज्यांना बुद्धीची भाषा समजते आणि दुसरे, ज्यांना हृदयाची भाषा मानवते. अंतःकरणापासून बोलणारे सामान्य जनतेसमोर बोलतात आणि बुद्धीची भाषा बोलणारे बोर्डरूम्समध्ये, संसदेत किंवा बैठकांमध्ये बोलतात. कार्यकारणभावाला तार्किक बैठक असते. आराखडे, अंदाज, निकष, तत्त्वे, इत्यादींचा अंतर्भाव त्यात असतो. तार्किक संभाषण करणारी व्यक्ती अचूक निष्कर्ष मांडू शकते, ज्यांना कोणी आव्हान देऊ शकत नाही. अशी भाषणे बहुतांशी शैक्षणिक क्षेत्रातली असतात. जेव्हा त्यांचे वर्चस्व प्रस्थापित करायची वेळ येते तेव्हाच मनापासून भाषण करणारे बुद्धीचे निकष लावतात.

पण महान वक्ते या दोहोंचा सुरेख मेळ घालतात, आणि म्हणूनच ते भाषण ठोकणारे न राहता वक्ते बनतात. अशीच माणसे योग्य वेळी, योग्य तिथे, योग्य लोकांसमोर बुद्धिचातुर्य आणि भावना यांची योग्य ती सांगड घालून भाषण करू शकतात. त्यांच्या कल्पना या त्यांच्या शब्दांना आणि भावनांना धरूनच येतात. असे पुरुष किंवा अशा स्त्रिया श्रोत्यांच्या आशा-आकाक्षांचा अचूक अंदाज बांधू शकतात. त्यांची भाषणे एकमेवाद्वितीय ठरतात. एखादा सरडा जसा परिसरानुसार रंग बदलतो; तसेच हे वक्तेही श्रोत्यांनुसार कधी बुद्धीचा आधार घेऊन बोलतात तर कधी मनाने साद घालतात. पण कधी कोणती पद्धत वापरायची हे त्यांना नेमके ठाऊक असते.

एक लक्षात घ्या, श्रोत्यांशी जोडले जाणारे कुशल वक्ते हे केवळ बातमीदाराची, निरोप्याची भूमिका पार पाडत नसतात, तर ते एखाद्या दुभाष्यासारखे किंवा विश्लेषकासारखे असतात. ते श्रोत्यांच्या डोळ्यासमोर परिस्थितीचे पूर्ण चित्र उभे करतात. श्रोत्यांच्या बुद्धीपर्यंत आणि हृदयापर्यंत पोहोचणे त्यांना साध्य झालेले असते.

शिस्त, अनुशासनाच्या सीमारेषांपर्यंत पोहोचणारी कला म्हणून वक्तृत्वकला ही सर्वश्रेष्ठ मानली जाते. साहित्य, ज्ञान, आशयघनता, गद्य-पद्य, नाट्य आणि

तालबद्धता अशा सर्व पैलूंचा समन्वय वक्तृत्वकलेत असतो.

सार्वजनिक भाषण हे जर कथेसारखे असले तर वक्तृत्व हे पटकथेसारखे असते. साउंड–कॅमेरा ॲन्ड ॲक्शन! ते लोकांच्या भावनेला खोलवर स्पर्श करते आणि शब्दांना कृतीचे परिमाण देते.

अशी ही कला कठीण प्रसंगांत, जनतेचे अवसान ढळले असताना किंवा संघर्षांच्या वेळी निश्चितच उपयोगी पडते. व्यापारात सौदे ठरवताना, देशांमध्ये विविध करार करताना, एकाच वेळी अनेकजणांना प्रेरित करताना ही कला उपयोगी पडते.

नेते, व्यवस्थापक आणि वक्ते

यशस्वी होण्यासाठी इतरांवर प्रभाव पाडता येणे, इतरांना आपल्या बाजूने वळवता येणे फार आवश्यक आहे. वरच्या श्रेणीवरील नेतृत्वासाठी ही कला फार महत्त्वाची आहे. उदाहरणार्थ, एखादा अभियंता हा सुरुवातीची काही वर्षे अभियंता म्हणूनच काम करतो, पण पुढच्या काही वर्षांतच तो व्यवस्थापक होतो आणि मग मोठमोठी कामे बघतो, हाताखालच्या लोकांना सांभाळतो. त्याला वेळा पाळाव्या लागतात, पैसा आणि साधने उभी करावी लागतात. मग त्याच्याकडे अधिकार येतात. तो असा लीडर बनतो ज्याचे म्हणणे इतरांना ऐकावे लागते. तो बैठकांमध्ये बोलतो, वरिष्ठांना, ग्राहकांना आपले मुद्दे समजावतो आणि आपल्या सहकारीवर्गाला प्रेरित करतो.

इतरांना आपल्या बाजूने वळवण्यासाठी त्याला परिणामकारक असे संभाषण करावे लागते. जर त्याला वक्तृत्वकलेचे महत्त्व समजले आणि तो जर एक कुशल वक्ता होऊ शकला तर तो त्याच्या अखत्यारीत एखादा पहाडही हलवू शकेल.

वक्ते- उपजत की प्रशिक्षित?

वक्तृत्वकला शिकता येते का? तुम्ही ती आत्मसात करू शकता की तुमच्यात ती जन्मजात असावी लागते? काही लोकांजवळ ती कला जन्मापासूनच असते आणि ते अतिशय सहजपणे भाषण करू शकतात. तरीही काही लोक असेही आहेत, जे स्वतःला प्रयत्नपूर्वक बदलून एक प्रभावी व्यक्तिमत्त्व म्हणून घडले आहेत.

ज्यांना वक्तृत्वकलेची निसर्गदत्त जाण असते ते तर्काचा वापर करून आपले विचार स्पष्टपणे मांडू शकतात. काहीजणांकडे वक्तृत्वकला नसेल, पण जबरदस्त इच्छाशक्ती आणि उत्साह असतो. अशी माणसेही पक्क्या विचारांची असतात. उदाहरणार्थ, मोदींजवळ लहानपणापासूनच वक्तृत्वकला होती, म्हणजे आपले मुद्दे व्यवस्थित मांडण्याची क्षमता होती. प्रत्येक गोष्टीवर त्यांची स्वतःची अशी ठाम मते होती आणि चारचौघांत ती मांडायला ते कधीच कचरले नाहीत. जसे ते राजकारण क्षेत्रात आले तशी त्यांनी आपल्या भाषणात सुधारणा केली, स्वतःच्या विचारांवर विचार केले आणि त्यांचे रूपांतर सर्वोत्तम अशा भाषणांमध्ये झाले.

विन्स्टन चर्चिलची अवस्था मात्र बिकट झाली होती. वयाच्या अवघ्या २९व्या वर्षी हाऊस ऑफ कॉमन्समध्ये ते पहिल्यांदा भाषणाला उभे राहिले तेव्हा पहिली तीन मिनिटे त्यांच्या तोंडून शब्दच फुटले नाहीत. त्यानंतर ते कसेबसे काही शब्द बोलले आणि बसले. त्याच क्षणी त्यांनी ठरवले की असे पुन्हा होऊ द्यायचे नाही. त्यांनी किती तरी वर्षे भाषणांचा सराव केला, त्यात सुधारणा केल्या. आशयाला अनुसरून योग्य ते शब्द आणि योग्य ते वाक्प्रचार निवडण्यासाठी त्यांनी पुष्कळ वेळ घेतला. जास्तीत जास्त प्रभाव पाडणारे शब्द त्यांनी शोधले, शेकडो भाषणे केली आणि प्रत्येक भाषण आधीच्यापेक्षा सरस कसे होईल याकडे जागरूकतेने लक्ष दिले. हाऊस ऑफ कॉमन्समधल्या त्या पहिल्या भयंकर भाषणानंतर ३६ वर्षांनी, वयाच्या ६५व्या वर्षी ते इंग्लंडचे पंतप्रधान झाले आणि तोवर त्यांनी वक्तृत्वकलेवर स्वामित्व मिळवले होते. ते जन्मजात वक्ते नव्हते; पण अथक प्रयत्नांनी आणि पूर्वतयारीने ते जगातले उत्कृष्ट वक्ते ठरले.

आपल्या कारकिर्दीच्या सुरुवातीला स्टीव्ह जॉब्जही कॅमेऱ्यासमोर भयंकर बावरून जायचा. भाषणे करतानाही तो गांगरलेला असायचा. मध्ये मध्ये अडखळत, कागदावर लिहिलेले बघत बघत तो बोलायचा; पण नंतर हळूहळू प्रयत्नपूर्वक तो उत्तम वक्ता झाला. तुम्हाला नैसर्गिक वरदान असो अथवा नसो, तुम्ही आत्मबळावर वक्तृत्वकला संपादन करू शकता.

एक उत्तम वक्ता कसे बनावे ?

जर वक्तृत्व हे सरावाने शिकण्यासारखे आणि सुधारण्यासारखे असेल तर

कोणकोणत्या मूळ गोष्टींवर लक्ष केंद्रित करावे? साधी-सरळ गोष्ट आहे. सर्वांत आधी काय बोलायचे आहे, कसे बोलायचे आहे आणि सादरीकरण चांगले कसे करायचे आहे हे नीट समजून घ्या.

काय बोलायचे?

इथेच प्रत्येकजण हमखास चुकतो. तुमचा आवाज कितीही चांगला असेल, तुमच्यात कितीही आत्मविश्वास असेल, तुमची देहबोली सुंदर असेल आणि तुम्ही कितीही मनापासून बोलणारे असाल- पण ज्या विषयावर बोलायचे, तो आशयच चुकला किंवा असंबद्ध ठरला तर सगळे परिश्रम फुकट जातात. त्यामुळे भाषणाची पूर्वतयारी करताना तुम्ही वस्तुस्थिती आणि आकडेवारी या गोष्टींचा पुरेसा गृहपाठ केला पाहिजे.

वाचन आणि संशोधन : या बाबतीत कधीही पळवाटा शोधू नका. तुमचे भाषण व्यवस्थित तयार करा. तुमचा मसुदा पक्का करण्यापूर्वी सगळे लिखाण, आराखडा वस्तुस्थितीला धरून आहेत की नाहीत याची खात्री करून घ्या. संपूर्ण भाषण लिहून काढायची सवय करा. अगदी सगळे भाषण नाही तरी ठळक मुद्दे लिहून काढा आणि त्या मुद्द्यांचे स्पष्टीकरणही लिहून काढा.

श्रोत्याला केंद्रस्थानी ठेवा : विषयाचा विस्तार करताना मागचे-पुढचे संदर्भ लक्षात घ्या. तुमचा श्रोता कसा आहे, तुम्ही कोणापुढे भाषण करणार आहात, कोणत्या प्रसंगी बोलायचे आहे? भाषणातून नेमका कोणता विचार पोहोचवायचा आहे व त्यातून निष्पन्न काय होणार आहे... कोणत्याही भाषणाचा आशय ठरवण्याआधी वरील सर्व प्रश्नांचा विचार करा. आता समजा, तुम्हाला जर महिलांच्या सभेत बोलायचे आहे, तर तुमचा आशय हा त्यांच्याशी निगडित असेल, तसेच एखाद्या महाविद्यालयातील विद्यार्थ्यांसमोर भाषण करताना आशय वेगळा असेल.

उपमा, उत्प्रेक्षा, रूपके आदी अलंकार आणि सुभाषिते यांचा उपयोग करा : तुमचा आशय उठावदार, सुंदर करण्यासाठी या गोष्टींचा अंतर्भाव तुमच्या भाषणात करा. प्रत्येक विषयात कोणत्या ना कोणत्या थोर व्यक्तीची सुभाषिते सापडतातच. त्यांतील कोणते निवडायचे हे ठरवता यायला हवे. उपमा आणि

रूपके ही तुमच्या विचारांत आणि लोकांमध्ये दुवा साधतात, कठिणातील कठीण गोष्टीही साध्या-सोप्या करून टाकतात.

कथाकथन करा : प्रत्येक मनुष्याला जन्मजातच गोष्टी ऐकायला, सांगायला आवडतात आणि एखाद्या कथेप्रमाणे जगायलाही आवडते. हार्वे कॉक्स म्हणतो, 'धर्मामुळे बाकी काहीही घडलं असो, पण एक मात्र चांगलं केलंय- गोष्टींची गरज भागवली आहे. प्रत्येकाला गोष्ट ऐकायला आवडते. प्रत्येकात एक लहान मूल दडलेले असते. एखादी गोष्ट, पुराणातल्या कथा किंवा इतिहासातली उदाहरणे यांच्यामुळे निश्चितच आशयघनता वाढते. अशा गोष्टी लोक अगदी कानात प्राण गोळा करून ऐकतात.'

लकबी बदलत राहा आणि दुसऱ्यांच्या कल्पना घ्या : एका मुलाखतीत शाहरूख खान म्हणाला होता, की तो अनेक मोठ्या नटांच्या लकबी आत्मसात करतो आणि त्या स्वतःच्या ढंगात सादर करतो, त्यामुळे त्या त्याच्या स्वतःच्याच वाटतात. ही खरी चतुराई!

अंतःकरणापासून बोला : हे बोलायला सोपे आहे पण करायला अवघड. ज्या विषयावर बोलायचे तो विषय मुळात वक्त्याला पटलेला असायला हवा, तरच तो मनापासून बोलू शकतो. जेव्हा तुम्ही मनापासून बोलता तेव्हा तुम्ही एकदम सच्चे वाटता आणि श्रोत्यांशी थेट जोडले जाता. तुमची साद अंतःकरणापासून असली पाहिजे आणि ती तेव्हाच खरी वाटते जेव्हा तुम्ही भावनेशी निगडित होऊन बोलता.

भाषणाचे उद्दिष्ट निश्चित करा : वक्त्याचे उद्दिष्ट सुरुवातीपासूनच ठरलेले असले पाहिजे आणि संपूर्ण भाषणात ते शेवटपर्यंत राहिले पाहिजे. भाषणाच्या शेवटी काय साध्य करायचे याकडे वक्त्याने लक्ष द्यावे. सुभाषिते, दृक्-श्राव्य माध्यमे, विनोदी चुटके यांचा वापर हुशारीने करावा. विनोद नसतील तर भाषण कंटाळवाणे, नीरस आणि एकसुरी होते. विषयानुरूप आणि प्रसंगानुरूप थोडा हलकेफुलकेपणा भाषणात आला तर भाषणाची रंगत वाढते; पण विनोद करताना त्यात विकृती असू नये, टीका असू नये, कोणाचे हसे होईल असा विनोद असू नये, तसेच त्यात क्रौर्य असू नये. विनोद हा निखळ असावा. तसेच विषयबाह्य वाक्प्रचार किंवा सुभाषिते

टाळावीत. ती अशा पद्धतीने वापरावीत की विषयापासून वक्ता भरकटणार नाही आणि उद्दिष्टाचे गांभीर्य राखले जाईल.

स्पष्टपणे बोला : तुमचे विचार अतिशय पद्धतशीरपणे आणि एका दिशेने व्यक्त करा. एका संदर्भातून पुढचा मुद्दा उलगडत गेला पाहिजे. अचानक एखाद्या मुद्द्यावरून भलत्याच मुद्द्यावर येऊ नका, नाही तर भाषणाला तुटकपणा येतो. त्यामुळे श्रोते आणि तुम्हीसुद्धा गोंधळून जाल. तुमच्या भाषणातील ठळक मुद्दे कोणते, ते एकमेकांना संलग्न वाटतील अशा पद्धतीने कसे मांडायचे हे नीट ठरवा.

वस्तुस्थिती आणि आकडेवारी यांचा उपयोग करा : यामुळे तुमच्या भाषणाला वेगळेच परिमाण येईल आणि ते अस्सल वाटेल. आकडेवारी सांगताना ती खरी आहे ना ते पडताळून पाहा, अन्यथा चुकीचे आकडे सांगितल्यावर गदारोळ माजू शकतो. त्यावर टीका होऊ शकते. पण जर तुम्ही वस्तुस्थिती आणि संख्यांकन यांचा तोंडी अचूक हिशोब ठेवलात तर लोक तुमचा आदर करतील.

कसे बोलायचे?

हा पैलू वक्त्याच्या उच्चारशैलीवर अवलंबून असतो. उच्चारशैली म्हणजे प्रत्येक शब्दाचा योग्य उच्चार, आवाजाचा पोत, देहबोली. थोडक्यात, तुमच्यातील नाट्यगुणांवर भर असतो, की तुम्ही स्वतःला कशा पद्धतीने सादर करता आणि तुमचा प्रभाव कसा पडतो? यासाठी काही गोष्टी आत्मसात करणे आवश्यक आहेः

सराव : हा अतिशय आवश्यक असतो. जितका सराव कराल तितके तयार व्हाल. तुमचे भाषण लिहून काढा, मुद्दे लक्षात ठेवा आणि आरशासमोर उभे राहून वारंवार सराव करा.

आत्मविश्वास जागवा : जर तुमची तयारी व्यवस्थित झाली असेल तर तुम्हाला आपोआपच विश्वास वाटू लागेल. कदाचित पहिल्यांदा लोकांसमोर जाताना थोडीशी भीती वाटेल, पण ते अतिशय स्वाभाविक आहे. अपयशाची भीती बाळगू नका, कारण तेच तुम्हाला यशाकडे नेते.

स्वतःची रेकॉर्डींग्ज पहा : तुमच्या मोबाइलचा किंवा अन्य दृक्-श्राव्य साधनांचा

वापर करून तुमचे सरावातील प्रत्येक भाषण आणि सार्वजनिक भाषणही रेकॉर्ड करा आणि रेकॉर्ड केलेले तपासून पाहा. तुम्ही जेव्हा ते तपासून पाहाल तेव्हा आपल्यातील उणिवा तुमच्या लक्षात येतील. सगळी मुद्रणे जपून ठेवा आणि प्रत्येक भाषणानंतर तुमच्यातील सुधारणांची बारीकसारीक नोंद ठेवा. तुम्ही कुठे चुकलात किंवा कुठे योग्य बोललात त्याची प्रत्येकी तीन-तीन परीक्षणे लिहून ठेवा. दोषांवर मेहनत घ्या आणि कसर भरून काढा. एकदा झालेली चूक पुन्हा करू नका आणि जे चांगले आहे ते तसेच कायम ठेवा.

आवाजातील चढ-उतार : एकाच लयीत बोलू नका, अन्यथा भाषण एकसुरी होईल. आवाजाच्या स्पंदनांमध्ये, लयीमध्ये, आघातांमध्ये बदल करत राहा, जेणेकरून श्रोत्यांचे लक्ष तुमच्या भाषणावरून ढळणार नाही. शेवटच्या रांगेपर्यंत स्पष्ट ऐकू जाईल अशा खड्या आवाजात बोला. तुमचा माइकही मागे-पुढे लावून घ्यायला शिका, म्हणजे भाषण कर्कश्श वाटणार नाही. आवाज मोकळा असू द्या, मोठा नव्हे. तुमचा आवाज मुळातच मोठा असेल तर आणखी वाढवू नका. प्रत्येक शब्द पुटपुटल्यासारखे न बोलता सुस्पष्ट उच्चारा.

बोलण्याच्या वेगाकडे लक्ष द्या : साधारणपणे मिनिटाला १२५ शब्द बोलणाऱ्या माणसाचे भाषण ऐकणे श्रोत्यांना सुसह्य असते. त्यामुळे प्रति मिनिट साधारण ११०-१४० अशी शब्दमर्यादा ठेवा. काही वक्ते इतके भराभर गाडी सोडतात की ते काय बोलत आहेत हे श्रोत्यांना समजतच नाही. उलट, काही वक्ते इतके संथपणे बोलतात की भाषण रटाळ होते आणि श्रोत्यांना बसल्या बसल्या झोप यायला लागते.

एक गोष्ट विविध पद्धतीने बोलून दाखवा : हे जरा अवघड असते. एक चांगला वक्ता एकच मुद्दा निरनिराळ्या पद्धतींनी बोलून दाखवू शकतो. शिकून घेण्यासारखीच ही कला असते. वक्ता हा शिक्षक असतो आणि श्रोते हे विद्यार्थी. उत्तम वक्ता एकच मुद्दा वेगवेगळ्या श्रोत्यांसमोर विविध पद्धतीने बोलू शकतो. एकच मुद्दा पटवण्यासाठी शाळेतील विद्यार्थ्यांसमोर बोलताना तो वेगळी उदाहरणे देतो आणि कॉर्पोरेटविश्वातल्या वरिष्ठ अधिकाऱ्यांशी बोलताना वेगळी देतो. आणि हे जो करतो तो वक्ता 'उत्तम' असतो.

साधनांचा वापर टाळून बोला : तुम्ही कधी ओबामा, मोदी, कॅस्ट्रो, ओप्रा विन्फ्री यांसारख्या वक्त्यांना पॉवरपॉइंट वापरून बोलताना पाहिले आहे? ही माणसे उत्स्फूर्तपणे बोलतात, हातात कागदही घेत नाहीत. कॅमेऱ्याकडे थेट बघत माइकसमोर बोलतात. दृक्-श्राव्य माध्यमांचा वापर करणेही ते टाळतात. तरीही त्यांनी इतिहास घडवला आहे आणि लाखो लोकांना प्रोत्साहित केले आहे. एक खूप साधे पण नामी वाक्य आहे : बोलताना तुम्हाला जर 'पॉवरपॉइंट'ची गरज भासत असेल तर मग तुमच्या 'पॉइंट'मध्ये 'पॉवर' नाही असे समजा!

थोडा विराम (पॉज) : विरामाचा वापर दोन पद्धतीने होऊ शकतो. जेव्हा श्रोते टाळ्या वाजवून दाद देत असतील तेव्हा आणि जेव्हा एखाद्या विनोदावर ते हसतील तेव्हा. तसेच एखाद्या मुद्द्यावर जोर देतानाही थांबावे. सुप्रसिद्ध अभिनेते दिलीपकुमार एकदा एका मुलाखतीत म्हणाले होते, ''माझ्या अभिनयाच्या कारकिर्दीत हळूहळू मला मौनाचे सामर्थ्य समजू लागले.'' दोन वाक्यांमध्ये केव्हा अंतर घ्यावे हे त्यांनी प्रयत्नपूर्वक आत्मसात केले. या मार्गाने तुमचे विचार आणि तुमचे भाषण यांबद्दल श्रोत्यांच्या अपेक्षा उंचावत जातात. तुमची भाषणे ते अधिक लक्षपूर्वक ऐकू लागतात. विराम (पॉज) अतिशय जाणीवपूर्वक आणि हुशारीने नेमक्या जागी घ्यावा.

रेडिओ ऐका, टीव्ही पाहा : चांगल्या रेडिओ चॅनल्सवरील चांगल्या निवेदकांचे, वक्त्यांचे आणि सभासदांचे बोलणे आवर्जून ऐका. त्यांच्या शैलींचा, विरामांचा, विचारांचा आणि उच्चारांचा अभ्यास करा. टीव्हीवरच्या दर्जेदार वाहिन्याही चांगल्या निवेदकांना आणि उत्तम बातमी देणाऱ्यांना संधी देत असतात. त्यामुळे त्या वक्त्यांचे उच्चार स्पष्ट आणि सुयोग्य असतात.

वाद-विवादांत भाग घ्या : एखादा चांगला जोडीदार गाठून एकमेकांत वाद-विवादांचा सराव करा. शाळा-कॉलेजांमध्ये विवादात्मक चर्चांमध्ये पुढाकार घ्या. अशा चर्चांमध्ये जेव्हा तुम्ही अस्खलितपणे विवाद करू शकलात तर आपोआपच तुमचा विश्वास बळावेल. तिथे तुम्हाला कागद घेऊन बसायला संधी नसते. तिथे समोरासमोर उत्स्फूर्तपणे बोलायचे असते. म्हणूनच चांगल्या जोडीदाराबरोबर सराव करणे हिताचे ठरते.

रंगमंचावरील नाट्यगुण : भाषण करण्याच्या आदल्या दिवशी आपल्यापैकी कितीजण रंगीत तालीम करतात? खूपच कमीजण करत असतील. कुशल वक्ता हा भाषण करण्याच्या आदल्या दिवशी भाषणाचे ठिकाण कोणते, तिथले ध्वनिसंयोजन कसे आहे, व्यासपीठासाठी योग्य जागा कोणती, येण्या-जाण्याचे मार्ग कोणते, खिडक्या-दरवाजे कुठे व किती आहेत या सगळ्या गोष्टींचे निरीक्षण करतो. श्रोत्यांना खिळवून ठेवण्याची कला तो आत्मसात करतो. श्रोत्यांना आश्चर्याचे धक्के देण्यातही तो वाकबगार असतो.

नेत्यांनी श्रोत्यांच्या भावनांबद्दल सहानुभूती दाखवून भाषण केले तर ते नेतृत्व यशस्वी होत नाही. म्हणजे, 'तुम्हाला कसे वाटतेय मला माहीत आहे,' ही सहानुभूती झाली आणि 'तुमच्या भावना याच माझ्या भावना आहेत,' ही समरसता झाली. वक्तृत्वकलेच्या आधाराने एक चांगला नेता श्रोत्यांना हा विश्वास देतो की आम्ही तुमच्या भावनांमध्ये सामील आहोत. श्रोत्यांवर दया दाखवल्यासारखे तो बोलत नाही.

अनपेक्षितपणे समोर आलेल्या अडचणी हाताळा : तुम्ही अगदी पूर्ण तयारीनिशी आणि आत्मविश्वासाने लोकांसमोर भाषण करायला जाल; पण क्वचित असेही घडू शकते, की आयत्या वेळी अचानकच एखादी समस्या उभी राहील. उदाहरणार्थ, तुम्ही भाषण करताना अचानक वीज जाऊ शकते. अशा वेळी गांगरून जाऊ नका. जर वीजपुरवठा लगेचच सुरू झाला, तर जिथे थांबला होतात तिथून बोलायला सुरुवात करा; पण जर बराच वेळ लागणार असेल तर थांबण्याची सूचना करा. थोडक्यात काय, तर अशा कोणत्याही परिस्थितीत मन विचलित होऊ देऊ नका. शांत राहा.

वाचनाचा महिमा

चांगला वक्ता होण्यासाठी नामी उपाय म्हणजे ज्ञान वाढवणे आणि विविध भाषणशैलींचा अभ्यास करणे. दोन्ही गोष्टी तुम्ही वाचनाने साध्य करू शकता. वेगवेगळ्या लेखकांची आणि विषयांची पुस्तके वाचा. नरेंद्र मोदींना शाळेपासूनच वाचनाची दांडगी हौस आहे आणि आजही फावल्या वेळात ते वाचनाचा छंद जोपासतात.

विविध लेखकांची पुस्तके वाचणे : निरनिराळ्या लेखकांची पुस्तके वाचल्याने आपल्याला विविध लेखनशैलींचा अभ्यास करता येतो, कुशाग्र बुद्धिवंतांच्या पद्धतींचा अभ्यास करता येतो.

विषयानुसार पुस्तके वाचणे : विविध विषयांवरील पुस्तके वाचल्याने आपल्या विचारांची क्षितिजे रुंदावतात, माहिती वाढते आणि विचारशक्ती समृद्ध होते, वस्तुस्थिती आणि आकडेवारी समजत जाते आणि आपल्या आशयांना खाद्य मिळते.

काल्पनिक कथा वाचणे : हे खूपच महत्त्वाचे आहे. कारण अशा कथा-कादंबऱ्यांमुळे आपली कल्पनाशक्ती वाढते आणि मेंदू तल्लख होतो. एकदा का वाचनाची गोडी लागली की हळूहळू वैचारिक आणि ऐतिहासिक लिखाणही वाचायला सोपे जाते.

वर्तमानपत्रे वाचणे : वर्तमानपत्रे वाचल्याने आपल्याला चालू घडामोडींची माहिती मिळते. संपादकीय लेखही वाचण्यासारखे असतात. त्यातून नवीन कल्पना मिळतात आणि समाजातील महत्त्वाच्या लोकांची मते समजतात.

नियतकालिके वाचणे : नियतकालिकेही खूप माहितीपूर्ण असतात. वर्तमानपत्रांपेक्षा अधिक सखोल माहिती देणारे लेख त्यात असतात.

इंटरनेटचा वापर करणे : नीट वापर केला तर इंटरनेटसारखे मोठे ग्रंथालय नाही. तुम्हाला कल्पनाही नसेल इतक्या विषयांवरची माहिती येथे उपलब्ध असते. आपण नशीबवान आहोत, की आपण माहिती तंत्रज्ञानाच्या युगात वावरत आहोत आणि एका माऊसच्या क्लिकवर हे ज्ञान आपल्याला मिळू शकते.

जितके वाचता येईल तितके वाचून लक्षात ठेवा. पुस्तके, नियतकालिके, वर्तमानपत्रे आणि इंटरनेट या माध्यमांकडून खूप माहिती मिळते; पण जोवर त्यातील थोडी तरी माहिती तुम्ही डोक्यात साठवत नाही आणि ती नेमक्या ठिकाणी वापरत नाही तोवर काही उपयोग नाही. कारण जे तुम्ही डोक्यात साठवता ते तुमच्याकडेच राहते आणि वेळप्रसंगी भाषणात उपयोगी पडते.

वक्तृत्वकला

२५०० वर्षांपूर्वीपासून सर्वच राज्यकर्त्यांनी वक्तृत्वकलेला आश्रय दिला आहे. ग्रीक व रोमन बुद्धिवंतांनी तत्त्वज्ञान, भाषण व वक्तृत्व यांची सांगड घालत एका अभ्यासक्रमाची शिस्त दिली आहे. ॲरिस्टॉटलने वक्तृत्वकलेची फार छान व्याख्या केली आहे, 'लोकांचे मन जिंकण्यासाठी उपलब्ध असलेल्या सर्व साधनांचे सर्वांगीण आकलन करण्याची नैसर्गिक शक्ती म्हणजे वक्तृत्वकला.' त्याच्या मते आपले मत लोकांवर बिंबवण्याचे किंवा त्यांच्यावर प्रभाव पाडण्याचे तीन मार्ग असतात : पहिला, वक्त्याच्या स्वतःच्या व्यक्तिमत्त्वाची छाप पडणे, जनतेच्या भावनांना वाट करून देणे हा दुसरा आणि त्यांना असा विश्वास देणे की तुम्ही खरे बोलत आहात, हा तिसरा मार्ग आहे. अनेक तत्त्ववेत्त्यांचे असे मत होते, की आक्रमक भाषणे ही बहुधा कृत्रिम असतात आणि श्रोत्यांना फसवण्यासाठीच केलेली असतात. त्यामुळे काहीजण वक्तृत्वकलेकडे नकारात्मक दृष्टीनेच पाहतात. वक्तृत्व आणि प्रभाव पाडणे या दोन्ही गोष्टी एकमेकांशिवाय अपूर्ण असल्याने या दोन्ही गोष्टींचे वर्णन तीन शब्दांत करायचे झाल्यास शैली, आशय आणि प्रभाव असेच मी करीन. आजवर जे थोर वक्ते होऊन गेले त्यांच्यामध्ये हे तीनही गुण होते, ज्यांच्या बळावर त्यांनी लोकांना प्रेरित केले. प्रत्येक वक्त्याला तत्त्वज्ञान समजतेच असे नाही. त्यामुळे बऱ्याच भाषणांना आशयघनता नसते. भाषण जेव्हा तत्त्वज्ञानापासून वेगळे होते तेव्हा ते बहुधा पोकळ किंवा वरवरचे वाटते. एका वक्त्याचा भाषणामागील प्रमुख उद्देश हा 'ठराविक प्रसंगी श्रोत्यांसमोर ठराविक कल्पना मांडणे' असा असायला हवा. वक्ता जर श्रोत्यांना पटवू शकला नाही तर या भाषणकलेचा उपयोग तरी काय? त्यामुळे श्रोत्यांचा मतप्रवाह बदलणारी ही वक्तृत्वकला लेखकाची आणि विशेषतः वक्त्याची क्षमता सिद्ध करण्याचा मार्ग असते. वास्तवाला धरून बोलणारे वक्ते हे स्वतःच्या प्रतिमेला धक्का लागू न देता उत्तम भाषण करू शकतात.

उत्स्फूर्त बोलणे, भाषण करणे आणि वक्तृत्वकला या कला आजच्या घडीला फार महत्त्वाच्या आहेत. कारण नागरिक हे दिवसेंदिवस सुजाण होत चालले आहेत. त्यामुळे त्यांची प्रतिक्रिया ही अकस्मात येणारी, लहरी आणि अनपेक्षित असते.

वक्तृत्वाचे पाच नियम

आविष्करण : संशोधनपूर्वक प्रतिवाद करणे. म्हणजेच वेळेला आणि आशयाला योग्य असे मुद्दे निवडणे.

रचना : तुम्ही जो विवाद करता त्यातील वाक्यरचना, वाक्यांचे अलंकरण, मांडणी या गोष्टींमुळे तुमच्या भाषणाला एक प्रकारची लय येते, एकसंधपणा येतो.

शैली : योग्य शब्द निवडणे, ते योग्य जागी चपखल बसवणे आणि विशिष्ट लकबीत बोलणे म्हणजे शैली.

स्मरणशक्ती : शक्यतो लिखाणाचा वापर न करता सर्व मुद्दे लक्षात ठेवून बोलणे.

शब्दफेक : इथे तुमची देहबोली, आवाजाचे चढ-उतार, हावभाव या घटकांना महत्त्व असते. सिसेरो म्हणतो, 'ही कला अंगी नसली आणि तुम्ही कितीही बुद्धिमान असलात तरी व्यर्थ आहे. पण ही कला असेल तर तुम्ही सर्वसाधारण बुद्धिमत्तेचे असलात तरी तुमच्यापेक्षा हुशार व्यक्तीलाही तुम्ही मागे टाकू शकाल.''

याबाबत जॉर्ज जे थॉम्प्सनचे विचार खूप महत्त्वाचे आहेत. तो म्हणतो, 'आपल्याला हवा तसा परिणाम साधणे हे भाषणाचे साध्य असते. मोठमोठ्या संभाषणकारांकडे ही कला असते. आपल्याला हवे ते तसेच लोकांकडून स्वेच्छेने करून घेणे त्यांना बरोबर साधते. मग हे साध्य करण्यासाठी कोणता मार्ग आहे? सर्वांत महत्त्वाचे म्हणजे तुमची उपस्थिती. तुम्ही स्वतःला कसे दर्शविता, कसे वागता, कसे बोलता, स्वतःला कसे सादर करता, तुमच्या भावना कशा व्यक्त करता यावर बरेच काही अवलंबून असते.'

वक्त्यांचे प्रकार

उत्सवमूर्ती

या वक्त्यांना त्यांच्या प्रसिद्धी आणि लोकप्रियतेमुळे खूप मागणी असते. त्यांच्या लकबी किंवा प्रभावापेक्षाही त्यांच्या या वैशिष्ट्यांमुळेच त्यांचे मानधन प्रचंड

असते. कारण त्यांची उपस्थितीच, त्यांचे असणेच गर्दी खेचत असते. त्यांचा अनुभव आणि त्यांची पत या गोष्टी त्यांची किंमत ठरवतात. अशा वक्त्यांची नावे घ्यायची झालीच, तर डोनाल्ड ट्रम्प आणि रोनाल्ड रेगन यांसारख्यांची नावे घेता येतील. डोनाल्ड ट्रम्प एक तासाच्या भाषणासाठी १५ लाख डॉलर्स मानधन घेतात व रोनाल्ड रेगन, कार्यक्रमाला उपस्थित राहण्यासाठी १० लाख डॉलर्स मानधन घेतात असे ऐकिवात आहे. बिल क्लिंटनसारख्या अमेरिकेच्या माजी राष्ट्राध्यक्षांनाही भरपूर मानधन मिळते. कारण माजी अध्यक्ष म्हणून त्यांचे काही अनुभव ते जगाला सांगतात. अमेरिकेचे माजी उपाध्यक्ष अल गोअर हेही वैश्विक तपमानवाढीविरुद्ध त्यांनी उभारलेल्या मोहिमेमुळे लोकांच्या लक्षात राहिले. यामुळे वक्ता म्हणून त्यांना मागणी आहे. माजी ब्रिटिश पंतप्रधान टोनी ब्लेअर, अलास्काच्या माजी राज्यपाल सारा पॅलिन हेही याच प्रकारचे वक्ते आहेत.

बिल गेट्स आणि रिचर्ड ब्रॅन्सन हे आधी उद्योगपती आणि नंतर वक्ते आहेत. स्टीव्हन कव्हे आणि दीपक चोपडा यांनी आधी आपल्या लिखाणाने आणि नंतर भाषणांनी लोकांना प्रभावित केले. त्यानंतर ते उत्सवमूर्ती म्हणून प्रसिद्धी पावले.

बहुतांश उत्सवमूर्ती उत्तम वक्ते आहेत, पण त्यांच्या वक्तृत्वामुळे ते प्रसिद्धी पावलेले नाहीत. उलट, आपापल्या क्षेत्रांतल्या कामगिरीमुळे ते उत्तम वक्ते झाले आहेत.

तत्त्ववेत्ते- कल्पना, विषय आणि स्वप्ने विकणारे

ही माणसे त्यांच्या असाधारण कल्पनाशक्तीमुळे प्रकाशात आलेली असतात. त्यांच्यात पहिल्यापासूनच ते गुण आणि ती तत्त्वे होती आणि त्यांनी ती लोकांसमोर आणली.

भगवान रजनीश ऊर्फ ओशो हे निव्वळ सुंदर विचारांनी आणि मधुर भाषणांनी लोकांना भारून टाकत. त्यांचे विचार इतके नितळ, स्पष्ट आणि अभिनव असत की त्यांच्याकडे दुर्लक्ष करताच येत नसे. त्यातही विशेष म्हणजे त्यांची भाषाशैली अतिशय रसाळ होती आणि त्यांच्या विचारांना ते सौंदर्याचे कोंदण चढवत. त्यांच्याजवळ प्रत्येक प्रश्नाचे उत्तर असे. आपल्या शिष्यांनी विचारलेल्या सर्व

शंकांचे निरसन ते सहजतेने करत असत. त्यांचे प्रत्येक भाषण हे नवीन आणि स्वतंत्र वाटे. प्रत्येक विचारातून एकेक पुस्तक तयार होई. त्यांच्या भाषणांची आजवर ६००हून अधिक पुस्तके प्रकाशित झाली आहेत. ते आधी वक्ते होते आणि नंतर लेखक झाले, कारण त्यांच्या विचारांचे रूपांतर पुस्तकात झाले.

कुशल वक्ते आणि वक्तृत्वकलेचे धनी- भाषाशैलीची ताकद

ओप्रा विन्फ्री ही उत्कृष्ट वक्तृत्वाच्या जोरावर श्रीमंत आणि प्रसिद्ध झाली आहे. केवळ उत्तम भाषण करण्याच्या तिच्या क्षमतेने तिला नावारूपाला आणले. हलाखीच्या परिस्थितीत वाढलेली ही स्त्री यूएसमध्ये तिच्या एका 'शो'मुळे अवघ्या ३२व्या वर्षी लक्षाधीश झाली. 'द ओप्रा विन्फ्री शो' या सुप्रसिद्ध चर्चात्मक कार्यक्रमाने तिला आंतरराष्ट्रीय ओळख प्राप्त झाली. २००४मध्ये २.७ अब्ज डॉलर्सची मालकीण झालेली जगातली एकमेव कृष्णवर्णीय महिला म्हणून तिचे नाव झाले. पण ती आधी उत्तम वक्ता आहे आणि मग धनवान स्त्री. काही उत्सवमूर्ती हे वक्ते होतात. ओप्रा विन्फ्री ही वक्तारूपाने उत्सवमूर्ती झाली.

आपल्या ऐतिहासिक भाषणांमुळे नामांकित झालेले वक्ते-गुणवत्तेची ताकद

एक काळ असा होता, की ज्या लोकांनी क्रांती घडवून आणली किंवा इतिहास घडवला त्यांची भाषणे सुप्रसिद्ध झाली. त्यांच्यातील काहीजणांची नावे घ्यायलाच हवीत. कारण खऱ्या अर्थाने त्यांची भाषणे तत्कालीन संदर्भात अतुलनीय ठरली.

१९४० साली, दुसऱ्या महायुद्धाच्या वेळी गलितगात्र झालेल्या ब्रिटिश सैनिक आणि मित्रपक्ष यांच्यापुढे 'हाऊस ऑफ कॉमन्स'मध्ये विन्स्टन चर्चिल यांनी केलेले 'वुई विल फाइट देम ऑन द बीचेस...' हे भाषण, नंतर त्याच काळात फ्रान्सने शरणागती पत्करली त्या वेळचे चार्ल्स डी गॉल यांचे 'द अपील ऑफ १८ जून' हे भाषण, अशी उदाहरणे देता येतील.

अमेरिकेच्या काही अध्यक्षांनी त्यांच्या काळात अविस्मरणीय भाषणे केली. जॉन एफ केनेडी यांचे उद्घाटनाचे भाषण, रोनाल्ड रेगन यांचे 'देशाची आव्हाने' यावर उद्देशून केलेले भाषण आणि जॉर्ज वॉशिंग्टन यांचे निवृत्तीचे भाषण, अशी काही भाषणे आजन्म स्मरणात राहतील.

महात्मा गांधींचे 'चले जाव' भाषण मनाला भिडणारे ठरले.

थोडक्यात, वक्ते हे दोन प्रकारचे असतात. एक, जे त्यांच्या कामगिरीमुळे वक्ते ठरतात. उदाहरणार्थ, उद्योगपती, लेखक, खेळाडू किंवा राजकारणी व्यक्ती आणि दुसरे, जे त्यांच्या तात्त्विक विचार, दृष्टिकोन आणि वक्तृत्वामुळे कुशल वक्ते बनतात.

~

'केवळ सत्यच नव्हे, तर लोकांचे मन वळविणे
हे वक्तृत्वाचे मूळ उद्दिष्ट असते.'
–विल्यम बर्नबॅक

एका कुशल नेत्याकडून आणि वक्त्याकडून आपण काय शिकलो ?

- प्राचीन काळातील ग्रीक व रोमन तत्त्ववेत्त्यांनी आणि राज्यकर्त्यांनी उच्चारल्या गेलेल्या शब्दांचे महत्त्व ओळखले आणि वक्तृत्वकलेला सोन्याचे दिवस आणले. सर्वप्रथम याच काळात तत्त्वज्ञान आणि भाषणकला यांचा समन्वय साधला गेला. वक्तृत्वकला आत्मसात करणे ही एका परिपूर्ण व्यक्तिमत्त्वाची गरज मानली जात होती.
- भाषणातून आपले विचार किंवा आपली मते ही फक्त लोकांपर्यंत पोहोचवणे हा उद्देश असतो; पण वक्तृत्व हे आणखी पुढे जाऊन लोकांची मने वळवण्याचे काम करते. भावनांनी लोकांशी बांधले जाते.
- लोकांची मनं वळवण्याची ताकद लीडर तसेच व्यवस्थापकांसाठीसुद्धा महत्त्वाचे आहे. कारण आपल्या सहकाऱ्यांवर त्यांना आपला प्रभाव कायम ठेवायचा असतो. संचालक मंडळाच्या बैठकांमध्ये, सभांमध्ये आणि चर्चासत्रांमध्ये आपले म्हणणे समोरच्यांना पटवून द्यायचे असते. राजकारण्यांसाठी तर लोकांची मनं वळवता येणे अत्यंत महत्त्वपूर्ण आहे. कारण त्या जोरावर ते घडतात किंवा पदभ्रष्ट होतात.
- श्रोत्यांपर्यंत दोन प्रकारे पोहोचता येते. एक तर बुद्धीच्या मार्गाने अथवा भावनांच्या वाटेने. तार्किक मुद्दे बुद्धीला चालना देतात, तर भावना हृदयापर्यंत पोहोचतात. त्यातही मातब्बर वक्ते या दोन्हींची सुरेख सांगड घालू शकतात. ते केवळ संदेशक नसतात, तर दुभाषी किंवा विश्लेषक असतात. ते श्रोत्यांना त्यांच्या दृष्टिकोनातून वास्तवाकडे पहायला उद्युक्त करतात.
- अनेकांना जन्मजातच वक्तृत्वकला अवगत असते, निसर्गतःच संभाषण करण्याची जाण असते. सर्वचजण या बाबतीत नशीबवान नसतात. त्यांना ही कला जाणीवपूर्वक शिकावी लागते, जोपासावी

लागते. आणि त्या मेहनतीच्या जोरावरच किती तरी जण महान वक्ते म्हणून नावाजले गेले आहेत.

- चांगला वक्ता होण्यासाठी तुमच्यापाशी उत्तम शैली, आशयघनता आणि स्पष्टता हे तीन गुण असावे लागतात. नियमित सरावाने हे तीनही साध्य होतात.
- वक्तृत्व ही अशी कला आहे, जी लेखकांच्या आणि भाष्यकारांच्या क्षमता सिद्ध करू शकते. तुमच्या व्यक्तिमत्त्वामुळे, भावनिक बंध साधण्यामुळे आणि जनतेला तुमच्या सत्यतेचा विश्वास दिल्यामुळे ती सिद्ध होऊ शकते. निव्वळ वक्तृत्वाच्या जोरावर वक्ता नावलौकिक कमवू शकतो. आणि याउलट, काहीजण त्यांच्या उत्तम कामगिरीमुळेही चांगले वक्ते म्हणून प्रसिद्ध होतात.

***

या मालिकेतील पुस्तक

इनोव्हेशन : द आईनस्टाईन वे

www.ingramcontent.com/pod-product-compliance
Lightning Source LLC
Chambersburg PA
CBHW030340030726
47499CB00003B/849

* 9 7 8 9 3 8 5 6 6 5 6 1 5 *